மாயக்குரல்

மாயக்குரல்

தருணாதித்தன்

எழுத்து பிரசுரம்

Title: Maayakkural
Author's Name: Tharunadithan

Published by Ezutthu Prachuram

Ezutthu Prachuram
(An imprint of Zero Degree Publishing)
No. 55(7), R Block, 6th Avenue,
Anna Nagar,
Chennai - 600 040

Website: www.zerodegreepublishing.com
E Mail id: zerodegreepublishing@gmail.com
Phone: 89250 61999

Ezutthu Prachuram First Edition: December 2023
ISBN: 978-93-95511-59-9
TITLE NO EP: 474

Cover Design & Layout: Vijayan, Creative Studio

சமர்ப்பணம்

ஒரு காலத்தில் மணிக் கையெழுத்தில் நாற்பது பக்கம்
கோடு போட்ட நோட்டுப் புத்தகத்தில் 'விடியுமா' என்ற தலைப்பில்
கதை எழுத ஆரம்பித்து முடிக்காமல் விட்ட
என்னுடைய அன்பு அம்மாவுக்கு...

முன்னுரை

“கூழாட்பட்டு நின்றீர்களை எங்கள் குழுவினில் புகுதலொட்டோம்” என்று நாலாயிரத்தில் திருப்பல்லாண்டாக பெரியாழ்வார் கண்டிப்பாகச் சொல்வார். வெட்கமேயின்றி நானோ என்னைக் கூழுக்கும் சோற்றுக்கும் ஆட்பட்டவனாகப் பிரகடனப்படுத்துவேன். பருவமழை என்ற இந்தச் சிறுகதைத் தொகுப்பின் ஆசிரியர் தருணாதித்தனும் என் குழாத்தினில் பட்டவர் என்பதே இம்முன்னுரை எழுதக் காரணமானது.

சில காலம் முன்பு சொல்வனம் இணைய இதழை வாசித்துக் கொண்டிருந்தபோது ‘ரசம்’ என்ற சிறுகதை கண்ணில் பட்டது.

பிரபலப் பாடகரின் ராமநவமி கச்சேரி கேட்கப் போய், விழா விருந்து அருகிலேயே விமரிசையாகச் சமைக்கப் படுவதை ஆஹாவென்று வாடை பிடிக்கும் கதைசொல்லியை ஆரம்பத்திலேயே பிடித்துவிட்டது. கதை இப்படி நகர்கிறது -

“முகத்தில் ஒரு புன்னகை வரவழைத்துக்கொண்டு அரைக் கண்ணை மூடிக்கொண்டு ரசிப்பது போலத் தூங்க முயற்சி செய்தேன். ஆனால் மூக்கை மூட முடியவில்லை. வடைதான், அதுவும் இங்கே கர்னாடகாவில் அம்போடே என்று வெளியே மொறுமொறுப்பாகவும் உள்ளே மெதுவாகவும் இருக்கும்

அருமையான வடை செய்வார்கள். நாம் ஆமவடை என்று சொல்வது. நிறைய பொடியாக நறுக்கிய கொத்தமல்லி இருக்கும்.

சமையல்காரர்கள் இன்னும் இரண்டுபேர் ஓரமாக வந்து நின்றார்கள். எனக்கு வடை கருகிவிடப் போகிறதே என்று கவலையாக இருந்தது.”

‘கருகிய வடையைக் காணாமலே கவலைப்பட்டேன்’ ரக கரிசனம் இது.

ஒரு பத்தாண்டுக் காலமாக, அதற்கு மேலும் இருக்கலாம், தமிழ்ப் புத்திலக்கியத்துக்கு நல்ல காலம் வந்து சேர்ந்திருக்கிறது. அதற்கு முந்திய 75 வருட கால இலக்கிய உலகு அச்சு யந்திரத்தின் இயக்கம் சார்ந்ததாக இருந்தது. கையில் மை கசியும் பவுண்டன் பேனாவால் வெள்ளைத் தாளில் எழுதி அந்த அச்சு யந்திரத்துக்குத் தீனியாக அனுப்பிய கதைகள் ஒரு சில பிரசுரமாகும். மற்றவை கதையோடு தபால்தலை அனுப்பிய எழுத்தாளர்களுக்குத் திருப்பியனுப்பப்படும். நிலைமை மாறிவிட்டது. லேப்டாப் கம்ப்யூட்டரில் எழுதி மின்னஞ்சலில் இணையப் பத்திரிகைக்கு அனுப்பிய கதையில் ஒரு பொறியாவது இருக்கும் பட்சத்தில் அது உடனே மின் பிரசுரமாகும்.

அச்சு யந்திரம் ஓய்வெடுக்க கதைகளின் மின் அணிவகுப்பு நிகழ்ந்தபடி இருக்கும் பொற்காலமிது. திண்ணை.காம், சொல்வனம்.காம், வாசகசாலை.காம், பதாகை.காம், கனலி. இன் போன்ற மின் இதழ்கள் பரபரப்பாகத் தரமான புனைவும் அல்புனைவும் வாசகர்களுக்கு வழங்கிக் கொண்டிருக்கும் நேரம் இது. அதுவும் பெரும்பாலும் விலையின்றி. எழுதுகிறவர்களும் சன்மானம், வருமானம் பற்றிய எதிர்பார்ப்பின்றி எழுதியது வெளியாகி வாசித்துப் பாராட்டப்பட்டது என்ற திருப்திக்காகவே எழுதுவது நடக்கிறது.

நாவலும், குறுநாவலும், சிறுகதையும், கவிதையும், கட்டுரையுமாக மின்தமிழ் இலக்கியம் வேகமாக வளர்கிறது. நான் உட்பட எழுத்துக்காரர்கள் நாவல்களையும் பிற இலக்கியப்

படைப்புகளையும் இணையதளத்தில் பிரசுரித்து அச்சுப் பதிப்பாக நூல் வடிவில் வெளியிடுவது வழக்கமாகியுள்ளது. தருணாதித்தன் தன் சிறுகதைகளைப் பெரும்பாலும் அவ்வண்ணமே பதிப்பிக்கிறார். எம் குழாத்தவர் அவரும். இச்சிறுகதைத் தொகுப்பு அதைச் சொல்கிறது.

நாளை மழை வரும் என்று கால நிலையில் மழைக்குறி கண்டு கணித்தல், அதன் அறிவியல் பின்புலத்தையும் கடந்து பொய்த்த ஆருடமாகப் போய்விடுவதைக் கண்டுகொண்டுதான் இருக்கிறோம். ஆர் கே லஷ்மண் தன் பொது ஜனம் கார்ட்டூனில் இப்படிச் சித்தரிப்பார் பஸ் ஸ்டாப்பில் நாலைந்து பேர் குடை பிடித்து மழைக்கு ஒதுங்கியிருக்க, சொட்டச்சொட்ட நனைந்த ஒருவர் அங்கே ஓரமாக நின்று அப்பாவியாகச் சொல்வார்: “ஆமா நான் மெட் ஆபீஸ்லேதான் வேலை செய்யறேன். உங்களுக்கு எப்படித் தெரியும்?”

ஆர் கே லஷ்மண் கார்ட்டூனுக்குத் தொத்துக்குட்டியாக ஸ்பானிஷ் திரைப்படம் ‘ஆல் ஹெய்ல்’ நினைவு வரும். சின்னத்திரையில் வானிலை ஆருடம் சொல்லிப் பிரபலமான மிக்யொல் இதுவரை சொன்ன எந்த ‘மழை வரும்’, ‘வெயில் அடிக்கும்’ ஆருடம் ஃபோர்காஸ்ட், *prediction* – பொய்த்ததில்லை. ஒரே ஒரு ஆலங்கட்டி மழையை மட்டும், வரும் என்று கணிக்கத் தவறுகிறார். நாடு முழுவதும் அவர்மேல் கோபப்படுகிறது. காறித் துப்புகிறது.

தருணாதித்தனின் ‘பருவ மழை’ சிறுகதை ஆர் கே லஷ்மண் மற்றும் ஸ்பானிஷ் திரைப்படத்தின் நீட்சியாகக் கதை நிகழ்ந்து நிறைவுறுகிறது. மெட்டீரலாஜிக்கல் பீரோ தலைவரை, நல்ல மழை பெய்து நாட்டில் பயிர் விளைச்சல் அமோகமாக இருக்கும் என்று காலநிலை ஆருடம் சொல்ல நாட்டு மக்கள் தலைவர் வற்புறுத்துகிறார். வழக்கமான மகசூல் கூட பொய்த்துப் போக, அரசு தேர்தலில் பெருந்தோல்வியைச் சந்தித்து, கூட்டணி அரசு அமைக்க நாள் பார்க்கிறது. தோல்வியின் முகத்தில் பிரதமர், பிரபலமாகி வரும் ஜோசியரிடம், அரசு அமைத்தால் நிற்குமா என்று ஆருடம் கேட்கத் தேடி வருகிறார். மெட்

ஆபீஸ் மேனாள் தலைவர்தான் நம்பிக்கை ஆருடம் தரும் அந்த ஜோசியர்.

இப்படி மனதுக்குள் புன்சிரிக்க வைக்கும் கதாபாத்திரங்களும் சுவாரசியமான திருப்பங்களும் தருணாதித்தனின் கதையுலகில் உயிர்த்தெழுந்து வரும். அலகிலா இறை விளையாட்டு, சற்றுத் தாமதமாக இருந்தாலும் கதை எழுதித் தொகுப்பாக வெளிவரக் காரணம் என்று தன்னுரையில் குறிப்பிடுகிறார் தருணாதித்தன்.

அறிவிலிருந்து முகிழும் சொர்க்கம், நரகம், பிற உலகுகளை கார்ப்பரேட் ஹாலிடே ரெஸார்ட் போல் கட்டணம் கட்டி, வருடம் நாலு முறை வந்து தங்கிப்போகும் இடங்களாகக் காட்டும் விடை கதை யோசிக்க வைப்பது. இங்கெல்லாம் தங்கி, ஜோடியாக ஓய்வெடுக்க விருப்பப்படாத கணவன் மனைவியும் கூட.

காலம், இடம், கதாபாத்திரங்களை நுணுக்கமாகச் சித்தரித்தால், பாதிக் கதை எழுதிய மாதிரி. தருணாதித்தன் காட்டும் வாரணாசி இது 'மனித குணம்' கதையில்.

அப்பதான் நான் முத முதலா காசிக்குப் போறேன். அப்பப்பா என்ன மாதிரி ஊர் அது- ஊர் முழுக்க கோயில்தான். எங்க பார்த்தாலும் சிவலிங்கம். விசுவ நாதருக்கு என் கையால அபிஷேகம், விசாலட்சி கோயில் நம்ம ஊர் மாதிரி கோபுரம், தங்க அன்னபூரணி, எத்தனை படித்துறை, அலுக்காம சலிக்காம நாள் முழுக்க ஓடற கங்கைய பார்க்கலாம், சாயங்காலம் ஆரத்தி, பூவும் அகல் விளக்குகளும் தேவலோகம் மாதிரி. எத்தனை மாதிரி ஜனங்கள், எத்தனை கடைகள், வண்ண வண்ணப் பட்டுப் புடவை, பித்தளைச் செம்புப் பாத்திரம், விக்கிரகங்கள், பூஜைப் பொருட்கள், ஸ்வீட் கடை அப்படியே மண் சட்டில பால் ஏடா எடுத்துக் கொடுப்பான், காலையில் பூரி, ஆலு, கச்சோரி, அகலமான வாணலியில ஜிலேபி சுற்றுவான், பாளம் பாளமாக உடைத்துத் தயிரில் லஸ்ஸி, கடைசியாக பான். ஒரு கடை முழுக்க ஊறுகாய். நம்ம ஊர்ல எலுமிச்சம் பழம், மாங்காய்னு ஊறுகாய் பார்த்திருக்கிறோம். இந்தக் கடையில எல்லா காயிலயும் ஊறுகாய் போட்டிருக்கிறான். வெண்டைக்காய்,

காலிபிளவர், கேரட், சிவப்பாகப் பெரிய மிளகாய் என்று நவராத்ரி கொலு மாதிரி அடுக்கி வைத்திருக்கிறான்.

பசி கதையில் வரும் உவமை இது - சில நிமிடங்களிலேயே மெல்லிய குறட்டையுடன் தூங்கிவிட்டான். நன்றாகப் பழகிய வீட்டில் நிச்சிந்தையாகத் தூங்கும் பூனை போல.

இது 'மாயக் குரல்' கதை குறித்து. மைசூர் அரண்மனையில் ஒரு ரிக்வெஸ்ட் கான்சர்ட் செய்யப்போகிற வித்வானைப் பற்றியது. இரண்டு தலைமுறை முன்பு பிரபலமாக இருந்த சங்கீத வித்வானின் பெயரன் இந்தக் கதைசொல்லி வித்வான். மைசூர் அரண்மனையில் அந்தத் தாத்தா வித்வான் செய்த தசரா கச்சேரி முதன்முதலாக ஒலிப்பதிவான அந்தக் கால இசை நிகழ்ச்சி. அந்த ஒலிப்பதிவைத் தேடி, கதைசொல்லி மைசூர் அரண்மனையில் சுற்றி வந்து அது கையில் கிடைக்கப் பெறுகிறான். தாத்தா பாட்டு பிடிக்காமல் அவர் பெயர் எழுதிய ஒலிப்பதிவு உருளையின் அடையாள லேபிலைப் பிடுங்கி எறிகிறான் அவன். கேட்காமலேயே தாத்தா இசை மேல் நல்ல மதிப்பு வைத்திருக்கும் சுற்றமும், நட்பும் மற்றும் வேறே யாரெல்லாமும் அப்படியே வைத்திருக்கட்டும் என்ற எச்சரிக்கையான, அடையாளம், ஆளுமை சிதைக்கும் அழிப்பு நடவடிக்கை அது.

எம்.எஸ்.சுப்புலட்சுமி சிறுமியாக ரெக்கார்ட் செய்த அந்தக் காலத் தமிழில், 'ப்ளேட் கொடுத்த', 'மரகத வடிவும்' என்ற திருச்செந்தூர் முருகன் பிள்ளைத் தமிழ்ப் பாடல் செஞ்சுருட்டி ராகத்தில் அமைந்து நூறாண்டு கடந்து இன்றைய தினம் யு டியூபில் கேட்கக் கிடைக்கிறது. கிரீச்சென்று கல் சிலேட்டில் கோடு கிழிக்கிற குழந்தைக் குரல் அது. பிற்காலத்தில் 'காற்றினிலே வரும் கீதம்' இசைக்கும் இசையரசி எம்.எஸ்.ஸின் தெய்வீகக் குரலுக்குப் பக்கத்தில் கூட வராது. எனவே பத்து வயது 'மரகத வடிவும்' இசைத்தட்டை உலகம் முழுக்கத் தேடியழிக்கணும் என்றார் நண்பர் ஒருவர். நம் காலக் கலை, ரசானுபவம், ஆளுமை சார்ந்த மதிப்பீடுகளை வைத்து அளந்து முந்திய காலப் படைப்புகளை அங்கீகரிப்பதும் புறம் தள்ளுவதும்

சரியா என்று தெரியவில்லை என்றேன். வாட்ஸ் அப்-ஐ எப்படி அழிப்பாராம்.

மதிப்பீடுகள் இருக்கட்டும், இந்தப் பதினைந்து கதையும் காத்திரமானவை. சுநாதமானவை. எங்கேயும் சுவரம் திரிந்துபோவதில்லை என்பதே அருணாதித்தனின் தேர்ந்த கதையாற்றலுக்குச் சாட்சி.

ஒற்றை இருப்பில் வாசித்து முடித்து மனதில் தொடர்ந்து நிகழ்ந்துகொண்டிருக்கும் சிறுகதைகள் இந்தத் தொகுப்பில் இருப்பவை. விரைவில் தருணாதித்தனின் அடுத்த தொகுதியை ஆர்வத்தோடு எதிர்பார்க்கிறேன்.

இரா.முருகன்

ஆகஸ்ட் 18, 2023 வெள்ளிக்கிழமை

என்னுரை

எல்லாக் கேள்விகளுக்கும் தர்க்கபூர்வமான சரியான விடை உண்டு என்று வெகு நாட்களாக நம்பிக்கொண்டிருந்தேன். குயில் ஏன் பாடுகிறது என்றால் அது தன் துணையைக் கவர அழைக்கும் குரல் என்பது ஒரு பதில். கவிஞர்கள் இன்னும் நிறைய அழகான காரணங்களை ஏற்றிச் சொல்லுவார்கள். ஆதி மனிதன் ஏன் ஆயிரக்கணக்கான மைல்தூரம் கடந்து இடம் பெயர்ந்தார்கள் என்றால், அவர்கள் இருந்த இடத்தில் உணவுப் பற்றாக் குறை எற்பட்டிருக்கும் என்று ஒரு பதில். இப்படி ஆராய்ந்தால் எல்லாவற்றுக்கும் காரண காரியம் காண முடியும் என்று அறிவியல் சிந்தனை எனக்குச் சொல்லித்தந்தது. குயில் ஏன் பாட வேண்டும், ஆடி இருக்கலாம்; இல்லை வண்ணச் சிறகுகள் வைத்துக்கொண்டிருக்கலாமே என்று கேட்கலாம். மனிதன் எதற்காக இன்னொரு இடத்துக்குப் போக வேண்டும்? இருக்கும் இடத்திலேயே பயிர்களையும் விலங்குகளையும் வளர்த்து உணவு ஆக்கிக்கொண்டிருக்கலாமே? செய்தார்கள், இது எல்லாம் செய்த பிறகும் கூட இன்னும் ஏன் மனிதர்கள் நாடு விட்டு நாடு போகிறார்கள்? குரங்கு கூட ஏன் மொபைல் போனைப் பிடுங்கி நிரடுகிறது?

ஒருவேளை குயிலுக்கும் குரங்குக்கும் மனிதனுக்கும் தேடல், ஆர்வம் மற்றும் படைப்பூக்கம் என்று சொல்லலாம் அல்லவா? எனக்கு என்னவோ இதை எல்லாம் விட எளிதாக ஒரு பதில் தோன்றுகிறது. “சும்மா இரு, சொல் அற” என்று அருணகிரி நாதரும் “சும்மா இருப்பதே சுகம்” என்று தாயுமானவரும் பாடிச் சொல்ல வேண்டி இருந்தது, அதுவும் சந்தத்துடன். அதுதான் உண்மை, எந்த உயிரினத்துக்கும் சும்மா இருக்க முடியவில்லை. சும்மா இருக்க விடாமல் ஓர் உந்து சக்தி.

அதே உந்து சக்திதான் சலனமில்லாமல் இருந்த பரபிரம்மத்தை அசைத்து சும்மா இருக்க விடாமல் பிரபஞ்சத்தை உண்டாக்கியதா? அதே உந்து சக்திதான் ‘சிங்குலரிடி’ என்று ஒரு புள்ளியில் அடங்கியதைத் திரும்பவும் வெடிக்க வைத்ததா? இப்படி அடுத்த கேள்விகளைக் கேட்டால் காரண காரியம் இல்லாத அலகிலா விளையாட்டு என்றுதான் இப்போதைக்குச் சொல்லத் தோன்றுகிறது.

அதுதான் நான் ஏன் எழுதுகிறேன் என்ற கேள்விக்கும் பதில். இப்படி யாரும் என்னைக் கேட்கவில்லை, இது என்னுடைய ஆயிரம் கதைகளின் வாழ்நாள் தொகுப்பும் இல்லை. ஏதோ சும்மா இருக்க நான் எழுதிய கதைகளின் முதல் தொகுப்பு இது. அதனால் யாரும் கேட்காமலேயே என்னுடைய கதையையும் சந்தடி சாக்கில் சொல்லிவிடலாம் என்று.

பத்தாம் வகுப்பு வரை தமிழ் மீடியத்தில் படித்தது ஒரு முதல் காரணமாக இருக்கக் கூடும். தாய் மொழியில் படித்தால்தான் கணக்குப் பாடம் சரியாகப் புரியும் என்று அப்பா நினைத்ததாக அம்மா ஒரு காரணம் சொல்லிக்கொண்டிருப்பார். என்னுடன் தமிழில் கணக்குப் படித்த இன்னும் நிறைய மாணவர்களுக்கு கணக்கும் வரவில்லை, தமிழும் வரவில்லை.

அப்பா இரண்டு மூன்று வருடங்களுக்கு ஒரு முறை மாற்றல் ஆகி வேறு ஊர்களுக்குப் போனதால் சொந்த ஊர் என்று எதுவும், நீண்ட கால நண்பர்கள் என்று பள்ளி நாட்களில் யாரும் இல்லை. ஒவ்வொரு ஊரும் புதிய இடம், புதிய பள்ளிக்கூடம், ஆசிரியர்கள், நண்பர்கள், காதில் விழுந்த வட்டாரக் கெட்ட

வார்த்தைகள் என்று மாறிக்கொண்டே இருந்தேன். இதுதானா காரணம்? ஒரு வேளை இருந்திருக்கலாம். பள்ளி, கல்லூரி நாட்களில் நான் திருச்சி, தஞ்சாவூர், சேலம், ஈரோடு, திருப்பூர், கோவை என்று தமிழ்நாட்டு குண்டு சட்டிக்குள்தான். வேலைக்கு வந்த பிறகுதான் பெங்களூரு, நடுவே சற்று ஜெர்மனி, அமெரிக்க வாசம் மற்றும் மீதி அய்ம்பத்து மூன்று தேசங்களில் சிலவற்றுக்குச் சுற்றுலா என்று பார்வை விரிந்தது.

பள்ளி நாட்களில் நான் பருமனாக இருப்பேன். இப்போது எப்படி என்பது தேவையில்லாத கேள்வி. கல்லூரியில் முதல் நாட்களில் சீனியர்கள் சில பேர் 'வீட்டுல எந்தக் கடையில் அரிசி வாங்கறீங்க?' என்று கேட்க, (கோவையில் ராக்கிங் செய்தாலும் மரியாதையாகத்தான் பேசுவார்கள்), 'சிந்தாமணி சூப்பர் மார்க்கெட்டுலதான்' நான் தீவிரமாகச் சொன்ன பதில் கல்லூரி முழுவதும் பிரசித்தம். நிறைய கேலி கிண்டலுக்கு ஆளாகி, ஓடி விளையாடுவதைச் சுமார் பத்து வயது முதல் அறவே விட்டு விட்டேன். பல வருட நட்புகளும் கிடையாது. புத்தகங்கள் நண்பர்கள் ஆயின. கோகுலம், அம்புலி மாமா, ரத்ன பாலா எல்லாம் வீட்டிலேயே கிடைத்தன. தினமும் மாலை நேரத்திலும், வார இறுதி நாட்களிலும் அரசாங்கப் புத்தக சாலை புகலிடம் ஆயிற்று. ஈரோட்டில் மாவு மில்லுக்கு மாடியில் காரை பூசாத செங்கல் கட்டடத்தில் மர பெஞ்சுகளில் தமிழ்வாணன் என்னுடன் உட்கார்ந்துகொண்டு தேனீர் குடித்தார். பிறகு கல்கி அறிமுகமானார். சிவகாமியின் சபதமும் பொன்னியின் செல்வனும் ராமாயணம், மகாபாரதம் போல பாராயணம் செய்தேன். அப்போதுதான் ஏதோ குமுதம் கதையில் சுஜாதா பழக்கம் ஆனார். அவருடைய எழுத்தில் பல காலம் மயங்கிக் கிடந்தேன். கல்லூரி நாட்களில், நண்பர்களுடன் நேரில் சென்று அவருடைய வீட்டில் சந்தித்து, பைண்ட் செய்த நாவலில் ஆட்டோகிராப் வாங்கினேன்.

பிறகு தமிழில் அசோகமித்திரன், தி.ஜானகிராமன், லா.ச.ரா, கி.ரா., சுந்தர ராமசாமி, அ.முத்துலிங்கம் என்று நிறைய அறிமுகமானார்கள்.

ஏதோ முந்தின ஜன்மத்தில் புண்ணியம் செய்திருக்க வேண்டும். பள்ளியில் நிறைய நல்ல ஆசிரியர்கள் எனக்கு வாய்த்தார்கள். அதுவும் தமிழுக்கு. அனுமந்த ராவும், ராமதாஸ் சாரும் பாடப் புத்தகத்தைத் தவிர நிறையக் கற்றுக்கொடுத்தார்கள். வாரியாரும் கீரனும் சமய இலக்கிய அறிமுகம் கொடுத்தார்கள். பனங்கிழங்கைப் பிளந்தது போன்ற பவளக் கூர்வாய்ச் செங்கால் நாரை ஒன்று சங்கப் பாடல்களுக்குள் என்னை இழுத்தது. பூரண பொற்குடம் வைத்துப் புறமெங்கும் தோரணம் நாட்டி ஆண்டாள் பாசுரங்களுக்குள் வரவேற்றாள். பதின்ம வயதில் பாரதியாருடன் சேர்ந்து நிலைகெட்ட மாந்தரை நினைத்து நெஞ்சு பொறுக்காமல் கொதித்தேன்.

சும்மா இருக்க முடியாமல் முதலில் எழுதியது பள்ளி கையெழுத்துப் பத்திரிகையில். அதுவும் நேரிசை வெண்பா. நல்ல வேளையாக எண்சீர்க் கழிநெடிலடி ஆசிரிய விருத்தத்துக்குப் போகவில்லை. கூடவே ஒரு கதையும். பிறகு கல்லூரியில் சேர்ந்த பிறகு, படிப்புதான் பிரதானமாகியது, அதிகம் எழுதவில்லை. 1997இல் கல்கியில் இளம் எழுத்தாளர்களுக்கான ஒரு சிறுகதைப் போட்டி நடந்தது. அதில் பரிசாக எழுத்தாளர் சுஜாதா ஒரு பயிற்சி அரங்கு நடத்துவார் என்ற ஈர்ப்பு. அதற்காகவே எழுதினேன். (அந்தப் பயிற்சி அரங்கு நடக்கவில்லை, அது வேறு கதை, அப்போது வருத்தமாக இருந்தது, இப்போது நினைத்துப் பார்த்தால் ஒரு விதத்தில் நல்லது என்று தோன்றுகிறது) தேர்ந்தெடுக்கப்பட்ட அய்ந்து கதைகளில், என்னுடைய கதையை முதலாவதாக சுஜாதா அறிவித்திருந்தார். எழுத்தாளர் அசோகமித்திரனுக்கும் எனக்கும் ஒரு ஒற்றுமை. அவர் தன்னுடைய முதலில் எழுதிய, பரிசு வாங்கிய ரேடியோ நாடகத்தைப் பற்றி "பரிசு அறிவிப்பான பிறகு படித்துப் பார்த்து, அதன் கைப்பிரதி, குறிப்புகள் எல்லாவற்றையும் சுக்குநூறாக கிழித்துப் போட்டேன்" என்று எழுதி இருந்தார். அடியேனும் அப்படியே. மனத்தளவில். இன்னும் கிழித்துப் போடவில்லை. பிறகு அவ்வப்போது எழுதி கல்கி, குமுதம் என்று சில கதைகள் வந்துகொண்டிருந்தன. நடுவே திருமணம், குழந்தைகள், வேலை, வெளிநாடு எல்லாம். எனக்குத் தருணாதித்தன் என்ற

என்னுடைய முதல் மகனுடைய பெயர், ஏதோ பிற்காலச் சோழப் பேரரசன் பெயர் போல புனைபெயருக்கு விருப்பமாக இருந்தது.

நடுவே படிப்பும் நிறைய மாறி இருந்தது. ஜெயமோகனுடைய கட்டுரைகளையும் கதைகளையும் படித்து நவீனச் சிறுகதைகளின் பக்கம் திரும்பி இருந்தேன். நவீன இலக்கியம் பற்றிய அவருடைய விளக்கங்கள், உரைகள், உரையாடல்கள் மிகவும் உதவியாக இருந்தன.

தொழில் நுட்பம் வளர்ந்து வலைப் பத்திரிகைகள் வந்த காலத்தில் சொல்வனம், பதாகை ஆகியவற்றில் எழுத ஆரம்பித்தேன். பதிப்பித்தது மட்டும் அல்லாமல், அவர்கள் உற்சாகப்படுத்தி மெயில் எழுதினார்கள். நிறைய வாசகர் பாராட்டுகள் வந்தன.

2016இல் ஒரு பெரிய திருப்பம். ஜெயமோகன் தன்னுடைய வலைதளத்தில் புதிய எழுத்தாளர்களை அறிமுகப் படுத்துவதற்காக, வெளியாகி இருந்த கதைகளைக் கேட்டிருந்தார். அனுப்பினேன், தேர்வாகி இரண்டு கதைகளை விமரிசித்து, என்னைப் பாராட்டியும், அதைவிட முக்கியமாக இன்னும் எப்படி நன்றாகச் செய்திருக்கலாம் என்றும் விரிவாக விமர்சித்திருந்தார். அது ஒரு பெரிய ஊக்கத்தைக் கொடுத்தது. தொடர்ந்து எழுதி வந்தேன்.

2021இல் அடுத்த திருப்பம். இந்திய விண்வெளி ஆராய்ச்சி நிறுவனத்தில் விஞ்ஞானியாக 1986இல் பணி ஆரம்பித்து, பன்னாட்டு நிறுவனத்தில் சீனியர் வைஸ் ப்ரெசிடென்ட் வரை தொடர்ந்து இருந்து வந்த தொழில்நுட்பத் துறையை விட்டு விருப்ப ஓய்வு வாங்கிக்கொண்டு, அலுவலக வேலைப் பளு இல்லாமல் மனதுக்குப் பிடித்தபடி நிறையப் படித்து எழுத ஆரம்பித்தேன். 2023 அரூ அறிவியல் சிறுகதைப் போட்டியில் தேர்வாகி, மற்ற கதைகளுடன் புத்தக வடிவில் வருவது இன்னொரு திருப்பம். ஸீரோ டிகிரி பதிப்பகத்துக்கு சில கதைகளை அனுப்பி, புத்தகமாக வெளியிட முடிவு செய்து திருமதி காயத்ரி அனுப்பிய ஈ மெயிலை ஃபான்ட் வண்ணத்தை மாற்றி பொன் எழுத்துக்களால் பொறித்து வைத்துக்கொண்டிருக்கிறேன்.

ஆரம்ப காலத்திலிருந்து படித்து, வாழ்த்தி வலைதளங்களில் நான்கு வரிகள் எழுதி உற்சாகம் கொடுத்து வரும் நண்பர்களுக்கு என்னுடைய நன்றிகள். என்னுடைய கதைகளைப் பொறுமையாகப் படித்து விவரமாக அலசி விமரிசித்து, ஆலோசனை வழங்கி, மெய்ப்புப் பார்ப்பது வரை பேருதவி செய்த நண்பன் வெங்கடராகவனுக்கு எத்தனை நன்றிகள் சொன்னாலும் தகும். சக பயணியாக இலக்கியப் பயணத்தில் கூட இருந்து, ஆலோசனைகள் சொல்லி உற்சாகப்படுத்தும் ஆங்கில எழுத்தாளர், கவிதாயினி உஷா ராஜகோபாலனுக்கு எனது மனப்பூர்வமான நன்றிகள். எண்பத்து ஏழு வயதில் என்னுடைய கதையைப் படித்துப் பாராட்டி வாட்ஸப்பில் செய்தி அனுப்பிய என்னுடைய சங்கீத குரு திருமதி நீலா ராம்கோபாலுக்கு எப்படி நன்றி சொல்லுவேன்!

தவிர என்னுடைய குடும்பத்தையும் சொல்லித்தான் ஆக வேண்டும். என்னுடைய அம்மா, அப்பா மற்ற உறவினர்கள், எல்லாப் பெரியவர்களும் மற்றவர்களும் ஒருவிதத்தில் என்னுடைய எண்ணங்களையும் சிந்தனைகளையும் பாதித்து, என்னுடைய எழுத்துகளுக்குக் காரணமாக இருந்திருக்கிறார்கள். அப்படிப்பட்ட குடும்பத்துக்கு ஒரு பெரிய நன்றி.

இத்தனை வருடங்களாக தொழில், சங்கீதம், இலக்கியம் என்று வேற்று உலகங்களில் சஞ்சரிக்கும் என்னைச் சகித்துக்கொண்டு, குடும்பத்தைக் கவனித்துக்கொண்டிருக்கும் என்னுடைய மனைவி கீதாவுக்கும், கூப்பிட்ட போது கிரிக்கெட் விளையாட வராத அப்பாவைச் சகித்துக்கொண்டிருந்த என்னுடைய மகன்கள் தருண் ஆதித்யா மற்றும் ச்யமந்தக் இருவருக்கும் நன்றிகள்.

என்னுடைய முதல் தொகுப்பை பிரசுரிக்கும் ஸீரோ டிகிரி பதிப்பகத்துக்கும், அட்டைப்படத்துக்கு அழகான வரைகலை செய்து கொடுத்த அருணுக்கும், வடிவமைத்த பதிப்பகக் குழுவினருக்கும் எனது நன்றிகள்.

இரா. முருகன், நான் மதிக்கும் மூத்த எழுத்தாளர்களில் ஒருவர். அவருடைய அரசூர்க் கதைகளிலிருந்து மாய உலகங்களை மீண்டும் மீண்டும் உண்டாக்கி தமிழ் இலக்கியத்தில் ஒரு தனி

இடம் கொண்டிருக்கிறார். அவர் என்னை அழைத்து வாழ்த்தி, என்னுடைய முதல் சிறுகதைத் தொகுப்புக்கு முன்னுரை வழங்கியதற்கு என்னுடைய மனமார்ந்த நன்றிகள்.

மனிதர்களும் அவர்களின் உறவுகளும் உண்டாக்கும் தருணங்களும் என்றைக்கும் ஆச்சரியம். பல்வேறு மனிதர்கள், ஊர்கள், பேசுபொருட்களுமாக இந்தக் கதைகளைத் திரும்பப் படித்துப் பார்க்கும்போது, எனக்கு பல்வேறு உணர்ச்சிகள் வாய்த்தன. கதையின் முடிவில் ஆரம்பிக்கும் சொல்லாத கதைகள், அதன் தொடர்ச்சியாக பலவித எண்ணங்கள், அனுபவங்கள் உங்களுக்கும் பூக்கும் என நம்புகிறேன்.

இப்படியாக ஒரு முதுபெரும் இளம் எழுத்தாளனுடைய நீண்ட முன்னுரையைப் படித்து, மீதிக் கதைகளையும் படிக்கப் போகும் வாசகர்களாகிய உங்கள் எல்லோருக்கும் பல கோடி நன்றிகள்.

தருணாதித்தன்
பெங்களூரு

பொருளடக்கம்

முன்னுரை 7

என்னுரை 13

பருவமழை 23

யாதும் ஊரே 33

ஆதாரம் 44

மனித குணம் 51

ஒற்றை சிலம்பு 59

மொழி 70

செந்திலின் சங்கீதம் 79

தரிசனம் 88

விடை 98

ரசம் 110

மலர்ந்த முகம் அல்லது
1972-செண்ட்ரல் சிவில் சர்வீஸ் பென்ஷன் விதி 119

ராஜ்யோத்சவா 127

மாயா 139

மாயக்குரல் 148

பசி 168

பருவமழை

டெல்லி வெயில் காலையிலேயே உக்கிரமாக உறைக்க ஆரம்பித்திருந்தது. புரொபசர் ராமசந்த்ரா வழக்கம் போல அரை மணி வாக்கிங், ஹிந்து பேப்பருடன் காபி, ஷவர் குளியல் பிறகு பிரெட் டோஸ்டுடன் ஆரஞ்சு ஜூஸ் சாப்பிட்டுக் கொண்டிருந்தபோது அந்த போன் வந்தது. பிரதமரின் அலுவலகத்திலிருந்து.

மீடியராலஜி டிபார்ட்மெண்டில் சேர்ந்து இரண்டு வருடம் ஆயிற்று. இதுவரை ஒரு குட்டி உப மந்திரி கூட அழைத்ததில்லை. எப்பொழுதாவது யாராவது அண்டர் செக்ரடரியிடமிருந்து, பார்லிமெண்டில் கேள்வி வந்தால் ஃபைல் வரும். பிரதமருக்கு வானிலை பற்றி என்ன தெரிய வேண்டும்? இன்னும் ரிடையர் ஆக ஒன்றேகால் வருடம் இருக்கிறதே, அதற்குள் எக்ஸ்டென்ஷன் எல்லாம் பற்றி யோசிக்க ஆரம்பித்திருப்பார்களோ என்று குறுகுறுத்தது. கூடவே தான் ஒன்றும் எக்ஸ்டென்ஷன் வாங்கும் அளவு யாருடனும் நெருக்கம் இல்லை என்று உறைத்தது. தவிர சஞ்சீவ் மல்ஹோத்ராவை அடிஷனல் டைரக்டராகக் கொண்டு வந்த போதே கிருஷ்ணமூர்த்தி ஜாக்கிரதை என்று சொன்னான்.

கிருஷ்ணமூர்த்தியையே கேட்டுவிடலாமா, அவனுக்குத் தெரியாமல் எதுவும் இருக்காது. இப்போது சயன்டிஃபிக் அட்வைசர். எம்.அய்.டி.யில் புரொபசராக இருந்தபோது பாடம் சொல்லிக்கொடுத்த மாணவன். அவன் அடுத்த எலெக்ஷனுக்குப் பிறகு விண்வெளி அல்லது அணுசக்தி கமிஷனில் சேர்மனாகக் கூட வரலாம் என்று பேச்சு. அவனுக்கு வேண்டிய இடத்தில் வேண்டிய சமயத்தில் தொடர்பு கேட்கலாம்.

சுமதி அவரையே சந்தேகமாகப் பார்த்துக்கொண்டிருந்தாள். இவளுக்கு எதிரே வேண்டாம். பிறகு மத்தியானமே கிளப்பில் “பாருங்க இவருக்கு, ஒரு நாளாவது நிம்மதியா சாப்பிட முடியாது. இன்னிக்கும் காலங்கார்த்தால, பி எம் ஒ விலேர்ந்து போன்” என்று ஏதோ தினமும் ப்ரெசிடென்ட் மற்றும் ப்ரைம் மினிஸ்டருடன் ப்ரேக் ஃபாஸ்ட் மீட்டிங்கிற்கு போகிற மாதிரி பேசுவாள். பாவம், வழக்கமாக மற்ற பெண்மணிகள் எல்லாம் அவரவர் கணவன்மார்கள் மந்திரியுடன் யு எஸ் கான்பரன்ஸ், சிங்கப்பூர் செமினார் என்று சொல்லும்போது இவள் மட்டும் பங்களாதேஷுக்கு மழைக்காலத்தில் பயணம் பற்றிப் பேச வேண்டியிருக்கும்.

டிரைவருக்கு போன் செய்து உடனே வரச் சொன்னார். இந்தியா வந்து இரண்டு வருடம் ஆகியிருந்தாலும் இன்னும் தானே ஓட்ட தைரியம் இல்லை. வந்த புதிசில் ஒரு முறை தானே ஓட்டிக் கொண்டு அடுத்த தெரு தாண்டுவதற்குள், குறுக்கே எதிர் பாராத ஒரு கிழவன் சைக்கிளில். லேசாக கார் பட்டு அவன் ரோடில் விழுந்து, கூட்டம் கூடி, அதற்குப் பிறகு தானே ஓட்டுவதில்லை. இன்று கார் சிறிது உற்சாகமாகச் செல்வதாகத் தோன்றியது. தினமும் வீட்டிலிருந்து அலுவலகத்திற்கும் ஞாயிற்றுக்கிழமை மலை மந்திருக்கும் மட்டும் போய் வரும் அலுப்பிலிருந்து மாறுதல். டிரைவருடைய மனைவியும் மத்தியானம் மற்ற ட்ரைவர் மனைவிகளிடம் பிரதமர் அலுவலகத்தில் பார்க்கிங் வசதிகள் பற்றிப் பேசக்கூடும். புரொபசருக்கு திடீரென்று ஒரு கலக்கம் அடிவயிற்றிலிருந்து கிளம்பியது. ஏதோ விவகாரம்தான்.

போய்ச் சேர்ந்து, செக்யூரிட்டி செக் முடித்து உள்ளே செல்வதற்குள் ப்ரின்சிபல் செக்ரடரி அவசரப்படுத்தினான். உள்ளே ஒரு சின்ன கான்பரன்ஸ் அறையில் பிரதம மந்திரியுடன் நான்கு பேர். கிருஷ்ணமூர்த்தியும் இருந்தான். அடப்பாவி, உனக்கு முன்பே தெரிந்திருந்தால் சொல்லி இருக்கக்கூடாதா என்று நினைத்துக் கொண்டார். பிரதமர் டிவியில் பார்ப்பதை விட இளமையாகத் தோன்றினார். கூட இருந்த மற்றவர்கள் யாரும் அரசாங்க அதிகாரிகள் இல்லை. ஒருவர் கட்சியின் பிரெசிடென்ட்.

“ஆயியே ராம்சந்தர்ஜீ, இந்த அதிகாலை நேரத்தில் உங்களை முன் அறிவிப்பு இல்லாமல் அழைத்ததற்கு மன்னிக்கவும், உங்களுடன் மிக முக்கியமான விஷயம் பேச வேண்டி இருக்கிறது” ஏசியின் குளிர் ஊடுருவியது.

பாகிஸ்தானுடன் மறுபடியும் தகறாரா, எல்லைப்புற மலைச் சிகரங்களில் எப்போது பனி உருகும், எப்போது ராணுவம் முன்னேறலாம் என்று கேட்கப் போகிறாரா?

டிஃபென்ஸ் டிபார்ட்மென்டுடன் கூட்டு ப்ராஜெக்ட் ஆரம்பித்து இரண்டு வருடத்தில் எதுவும் சாதிக்கவில்லை.

“டீ சாப்பிடுகிறீர்களா?” பிரதமர் ஊடுருவிப் பார்த்தார்.

“பரவாயில்லை, சொல்லுங்கள்.”

சஞ்சீவ் வந்திருந்தால் “உங்களுடன் அமர்ந்து பேச வாய்ப்புக் கிடைத்ததே பாக்கியம்” என்றெல்லாம் இன்னும் நிறைய அளந்திருப்பான் ஹிந்தியில்.

பிரதமர் அதிகம் சுற்றி வளைக்கவில்லை.

“ராம்சந்தர்ஜி, அடுத்த மார்ச்சில் தேர்தலுக்குப் போகலாமா என்று ஆலோசித்துக்கொண்டிருக்கிறோம். ஜனங்கள் சந்தோஷமாக மறுபடியும் எங்களுக்கு ஓட்டு போட வேண்டுமானால், அதற்கு முன்பு நிறைய செய்ய வேண்டும், எலெக்ட்ரிசிடி குறைவில்லாமல் தர வேண்டும், குடிக்கத் தண்ணீர் தட்டுப்பாடு இல்லாமல் இருக்க வேண்டும். பயிர் விளைச்சல் சரியாக இருக்க வேண்டும். முக்கியமாக வெங்காயம்”

சிரிக்காமல் நிறுத்தி ஒருகணம் நேராகப் பார்த்தார். இல்லா விட்டால் அய்ந்து வருடம் நாங்கள் செய்ததை எல்லாம் மறந்து எதிர்க் கட்சிக்கு ஓட்டு போட்டு விடுவார்கள். எனக்கு உங்களிடமிருந்து தெரிய வேண்டியது இவ்வளவுதான் இந்த வருடம் மழை எப்படி இருக்கும்? சரியாக மழை இருக்காது, பஞ்சம்தான் என்றால், இந்த ஜூனிலேயே மான்சூனுக்கு முன்பே எலெக்ஷனுக்குப் போகலாம் என்று இருக்கிறோம். அப்படியானால் அடுத்த வாரமே எலெக்ஷன் வேலைகளை ஆரம்பிக்க வேண்டும். இல்லை, நிறைய மழை வரும் என்றால் அக்டோபரில், விஜயதசமிக்கு ஒரு யாத்திரையுடன் ஆரம்பிக்கலாம். நீங்கள் டிபார்ட்மெண்டில் இப்போது சூப்பர் கம்ப்யூட்டர் எல்லாம் நிறைய உபயோகிக்கிறீர்களே, சொல்லுங்கள்."

புரொபசருக்கு என்ன பதில், எப்படிச் சொல்லலாம், எங்கே ஆரம்பிப்பது என்று தெரியவில்லை. கையில் மோதிரத்தை ஒரு தடவை தேய்த்துவிட்டுக் கொண்டார்.

மிகச் சுலபமான கேள்வி, கேட்பதற்குப் பதில்தான் உண்டு இல்லை என்று திட்டவட்டமாகச் சொல்லமுடியாது. தற்போது இருக்கும் மாடல்களை வைத்துக் கொண்டு, இவ்வளவு முன்பாகவே எதுவும் சொல்ல முடியாது. நிலம், சமுத்திரம் எவ்வளவு வெப்பம் என்று அளந்து, மே மாதத்தில்தான் சுமாராக அறுபது சதம் சாத்தியத்தில் இவ்வளவு மழை வரலாம் என்று அறிக்கை கொடுக்க முடியும். இதெல்லாம் விளக்கினால் இந்த வயசான பிரதமருக்குப் புரியுமா என்று சந்தேகமாக இருந்தது. முன்பு ஒரு காலத்தில் இளம் பிரதமர் இருந்த போது, ஒரு வேளை மாடல் பற்றி, சூப்பர் கம்ப்யூட்டர் பற்றி ஒரு தனி லெக்சர் கொடுத்திருக்கலாம். இவருக்குத் தேவை ஒரு வார்த்தை பதில்தான்.

அப்படி ஒரு பதில் இல்லை என்று நேராகச் சொல்லி விடலாமா என்று ஒரு கணம் தோன்றியது. கிருஷ்ணமூர்த்தி கண்ணாலேயே ஏதோ சைகை காட்டினான். என்ன என்றுதான் புரியவில்லை. எல்லோரும் எதிர்பார்ப்புடன்

முகத்தையே பார்த்துக்கொண்டிருந்தார்கள். அனாவசியமாகத் தொண்டையை கனைத்துக் கொண்டு,

“அவ்வளவு துல்லியமாகச் சொல்வது, தற்போது வழக்கத்தில் உள்ள மாடல்களை வைத்துக்கொண்டு சொல்வது சந்தேகம்தான்.”

“சென்ற வருடம் கூட, புதிய கம்ப்யூட்டரில் முன்கூட்டியே சொல்ல முடியும் என்று பத்திரிகைகளில் அறிக்கை கொடுத்தீர்களே?”

“ஆமாம் அய்யா, வருடா வருடம் நாங்கள் மாடல்களை திருத்திக்கொண்டு வருகிறோம். ஆனாலும் நீங்கள் கேட்ட கேள்விக்குத் தீர்மானமான பதில் இவ்வளவு முன்பே சொல்ல முடியாது.”

பிரதமர் அவநம்பிக்கையுடன் ஏமாற்றமாகப் பார்த்தார்.

ஏசி ஓடும் சத்தம் தவிர, கனத்த மௌனம்.

கொஞ்சம் வியர்ப்பது போல இருந்தது. தண்ணீர் சிறிது குடித்து விட்டு, தொண்டையை மறுபடியும் செருமிக்கொண்டு,

“இருந்தாலும் ஒரு வாரத்தில், தற்போதைய மாடல்களை வைத்துக்கொண்டு எவ்வளவு சொல்ல முடியுமோ அந்த அளவுக்குப் பதில் கொடுக்க முயற்சிக்கிறேன்” குரல் மழுப்பலாகத் தனக்கே தோன்றியது.

அலுவலகத்தில் அறைக்குள் நுழையும்போதே போன் அடித்துக் கொண்டிருந்தது. கிருஷ்ணமூர்த்திதான்.

“ஏய்யா, இப்பதான் மொதல் முறையா, பி எம்மே நேர கூப்பிட்டிருக்கார், சரியா பதில் சொல்லக் கூடாதா? மாடல் எல்லாம் இருக்கட்டும், தைரியமா, அவருக்கு நம்பிக்கை கொடுக்கற மாதிரி, ஏதாவது ரெண்டு வார்த்தை பேசி இருக்கக் கூடாதா?”

“இல்லப்பா, திடீர்னு இப்படி ஒரு கேள்வி கேட்டு, எல்லாரும் என் முகத்தையே பார்த்தால், நான் என்ன பண்ணுவேன்? ப்ராபபிலிடி தியரிப்படி பாத்தா...”

அதற்குள் கிருஷ்ணமூர்த்தி இடைமறித்தான்.

"என்னமோ, வலிய வந்த சான்ஸ இந்த மாதிரி கெடுத்துக்கற ஆசாமிகள் சிலபேர் உண்டு. ஒரு வாரத்துல ஏதாவது நம்பிக்கையா பதில் சொல்லு. மறுபடியும் ப்ராபபிலிடி லெக்சர் கொடுக்க வேண்டாம். சரியா..."

நம்பிக்கையான பதில் கொடுக்க முடியும் என்று தோன்றவில்லை.

பருவமழை பற்றி ஆளாளுக்குப் பேசுகிறார்கள். இவர்களுக்கு வேத காலத்தில் இருந்து கணிக்கப்பட்ட வழிபடப்பட்ட மழை பற்றித் தெரியுமா? வராஹமிகிரரால் குறிக்கப்பட்ட, சாணக்கியரால் அர்த்தசாஸ்திரத்தில் அளக்கப்பட்டு நாட்டின் வருமானத்தை நிர்ணயித்த சரித்திரக் கால மழை பற்றித் தெரியுமா? 1875இல் இந்தியாவில் மெட் டிபார்ட்மென்ட் ஆரம்பித்த பின்னணி? 1884இல் டிபார்ட்மென்டில் சேர்ந்த முதல் இந்திய விஞ்ஞானி? ஏதோ ஒரு ஸாட்டிலைட்டும் கம்ப்யூட்டரும் கிடைத்து விட்டால், ஜூன் 1-ம் தேதி காலை 6 மணி முப்பத்தேழு நிமிடத்திற்கு கேரளக்கரையில் மான்சூன் பற்றிக்கொள்ளும் என்றும், நாடு முழுவதும் வயல்களெல்லாம் நீர் நிரம்பி வழிந்தோடும் என்றும் குடுகுடுப்பைக்காரன் மாதிரி பதிலை எதிர்பார்க்கிறார்கள். இன்றைக்கு நடந்ததைப் பார்த்தால், சோர்வாக இருந்தது. சுமதி நிறைய நாட்களாகச் சொல்லி வந்ததுதான். பேசாமல், இதெல்லாம் விட்டு விட்டு, ஊருக்குப் போய்விடலாம் என்று.

உடனே அவசர மீட்டிங் அழைத்து விவாதிக்கலாம் என்பதற்குள் சஞ்சீவ் மல்ஹோத்ராவிற்குப் பொறுமை இல்லை. யாரோ அதற்குள் தெரிவித்திருக்க வேண்டும். நேரே வந்து விட்டான்.

"புரொபசர், கேள்விப்பட்டேன். நம் டிபார்ட்மென்டிற்கே பெருமை, நல்ல சந்தர்ப்பம், அதை விட்டு விட்டீர்களே, என்னை அழைத்துச் சென்றிருக்கலாமே, அடுத்த வாரம் நானும் வருகிறேன். என்ன பதில் கொடுப்பதாக இருக்கிறீர்கள்?"

அடுத்த ஒரு வாரத்திற்குள் பிரதமருடன் மல்ஹோத்ராவின் மீட்டிங், டிபார்ட்மென்டில் இன்னும் பிற விவகாரங்கள்...

அதற்குப் பிறகு தேசிய தினசரி பத்திரிகைகளில் வெளிவந்த தலைப்புச் செய்திகள்...

“ஆளும் கட்சி அக்டோபரில் தேர்தலுக்குத் தயாராகிறது.”

“பிரதமர் தேர்தல் ஆணையருடன் நாள் குறித்துப் பேச்சு வார்த்தை நடத்தினார்” என்று முதல் பக்கத்திலும்,

“சஞ்சீவ் மல்ஹோத்ரா புதிய டைரக்டர் ஜெனரலாகப் பதவி ஏற்றிருக்கிறார்” என்று நாலாம் பக்கத்தில் இரண்டு வரிகளும் வந்தன.

அதற்குப் பிறகு மழை பற்றிய அறிக்கைகள் சில நாட்களுக்கு முதல் பக்கத்தில் வந்தன.

“இந்த வருடம் மழை சராசரிக்கு அதிகமாகவே இருக்கும்.”

“வரலாறு காணாத பயிர் விளைச்சல் எதிர்பார்க்கப்படுகிறது.”

புரொபசர் ராமச்சந்திரா ராஜினாமா செய்தது பற்றி வெளியில் எதுவும் வரவில்லை.

“இந்த வருடம் முதல் புதிய மாடல் உபயோகித்திருக்கிறோம்.”

சஞ்சீவ் மல்ஹோத்ரா அட்டைப் படங்களில் மிகையாகச் சிரித்துக்கொண்டிருந்தான்.

“ஜூன் 1ம் தேதி கேரளத்தில் பருவ மழை ஆரம்பிக்கும், இவ்வளவு துல்லியமாக, பழைய மாடல்களை வைத்துக் கொண்டு சொல்ல முடியாது.”

மழை வரும் நம்பிக்கையில் ஸ்டாக் மார்க்கெட் ஏற ஆரம்பித்தது.

புரொபசர் ராமச்சந்திரன் தஞ்சாவூருக்குப் பக்கத்தில் காவிரிக்கரை கிராமத்தில் பூர்வீக வீட்டில் ரிடையர்டு வாழ்க்கை அமைத்துக் கொண்டது பற்றியும் அரசாங்கத்தில் யாரும் அக்கறை கொண்டதாகத் தெரியவில்லை. இந்தியா டுடேயில் மழை மாடல்கள் பற்றி நீள கட்டுரைகள் வந்தன.

“என்னதான் அமெரிக்கா போனாலும், டெல்லில இருந்தாலும் நம்மூர் போல ஆகுமா, ஏதோ நம்ம பசங்கள்ளாம் ஊரையும்

ஜனங்களையும் சுவாமியையும் மறக்காம இருந்தா சந்தோஷம்" என்று ராமச்சந்திராவின் பக்கத்து வீட்டு சுண்டுதாத்தா என்கிற சுந்தரேசன் மகிழ்ந்ததும் எந்தப் பேட்டியிலும் வரவில்லை.

இதன் பின் சில விசித்திர நிகழ்ச்சிகள் நடந்தன.

ஜூன் 10ம் தேதி ஆகியும் மழை ஆரம்பிக்காததால், மறுபடியும் மழை சில நாட்களுக்கு தலைப்புச் செய்தியில் வந்தது.

ராமச்சந்திரா கிராமத்தில் லைப்ரரியும் படிக்க புத்தகங்கள் வசதியும் இல்லாமல் சிறிது கஷ்டப்பட்டார். ஒரு நாள் அட்டத்தைக் குடைந்துகொண்டிருந்தபோது ஒரு இரும்பு டிரங்கு பெட்டி நிறைய பழைய புத்தகங்கள் கிடைத்தன. பிருஹத் ஜாதகம், சாதகாலங்காரம், ஜாதக சிந்தாமணி... எல்லாம் அவர் தாத்தா சேர்த்து வைத்தது. படிக்க வேறு எதுவும் இல்லாமல், இந்த புத்தகங்களை ஆரம்பித்தார்.

அய்ந்து வருடம் முடிவதால், வேறு வழி இல்லாமல் ஆளும் கட்சி தேர்தலில் இறங்கவேண்டியதாயிற்று.

இடையே கிருஷ்ணமூர்த்தி வந்திருந்தான். பெண்ணிற்கு செவ்வாய் தோஷமாம். இரண்டு மூன்று இடத்தில் அமைவது போல வந்து கடைசியில் தட்டுப்பட்டுவிட்டதாம். வைத்தீஸ்வரன் கோவிலுக்குப் போகச்சொல்லி யாரோ சொன்னார்களாம்.

தேர்தல் திருவிழா ஏற்பாடுகள் வழக்கம் போல பிரும்மாண்டமாக நடந்தன. பேச்சுவாக்கில் ராமச்சந்திரா கிருஷ்ணமூர்த்தியிடம் அவர் பெண் ஜாதகம் கேட்டார். எல்லா புத்தகங்களையும் பார்த்து, சொன்னபடி ஜனவரியில் கல்யாணம் நடந்தது.

அதற்குப் பிறகு வாரா வாரம் அண்ணா அண்ணா என்று போனும், டெல்லியிலிருந்து உப மந்திரிகளும் அடிஷனல் செக்ரடரிகளும் வருவதும். பிரதமர் பயந்தபடிதான் ஆயிற்று. மழை சரியாக இல்லை. பயிர் எல்லாம் நஷ்டம். பவர் கட். வெங்காயம் கிலோ நூறு ரூபாய் விற்றது.

புரொபசர் ராமச்சந்திரா சொன்னபடி இன்னும் நிறைய திருமணங்கள் நடந்தன, வீடு நிலங்கள் வாங்கப்பட்டன,

பையன்களுக்கு சகாயமாகப் ஃபாரின் யூனிவர்சிடிகளில் அட்மிஷன் கிடைத்தது...

தேர்தலில் ஆளும் கட்சி படுதோல்வி. இன்னும் இரண்டு கட்சிகளைச் சேர்த்துக்கொண்டு கூட்டணி அரசு அமையலாம் என்று பேசப்பட்டது. அதில் ஒரு சிக்கல். யார் பிரதம மந்திரி என்பது ஒரு வாரத்துக்கு மேல் தீர்க்க முடியாமல் ஆகாமல் பத்திரிகைகளில் அடிபட்டது.

ராமச்சந்திரா நீசபங்க ராஜ யோகத்தில் ஆழ்ந்திருந்த ஒரு மாலையில் அந்த போன் வந்தது. பிரதமர் அலுவலகத்திலிருந்து. பழைய பிரதமர் அடுத்த நாள் ஒரு அவசர வேலையாக சென்னை வந்திருக்கிறாராம்.

என்ன அவசர வேலை என்று ஏற்கெனவே பத்திரிகைகள் யூகம் தெரிவித்திருந்தன. டெல்லி சென்று கூட்டங்களில் பங்கேற்க விருப்பமில்லாத ஒரு தலைவரை கூட்டணியில் சேர்க்க என்று. அவர் ராமச்சந்திராவை நேரில் பார்த்து ஜாதகத்தைக் காண்பித்து சில விஷயங்கள் பற்றிக் கேட்க வேண்டுமாம். கார் அனுப்புகிறானாம், சென்னைக்கு வந்து ஒரு அரை மணி நேரம் பார்க்க முடியுமா என்று ப்ரின்சிபல் செக்ரடரி கேட்டான். தவிர சென்னைக்குப் போவதை நினைத்தாலே சோர்வாக இருந்தது. பழைய நினைவுகள் கசப்பாக எழ, நேராகச் சொல்லாமல் ஏதோ விசேஷம் அதனால் வர முடியாது என்று போனை வைத்து விட்டார்.

தமிழ்நாட்டுத் தலைவரை கூட்டணியில் சேர்த்தால், தலை வலிதான் அதிகம் என்று டி.வி. சானல்கள் கருத்துத் தெரிவித்தன. கூட்டணி சேர்த்தாலும், நிலையான ஆட்சி அமைப்பது சந்தேகம் என்று தலைப்புச் செய்தி.

புரொபசர் ராமச்சந்திரா மறுநாள் காலை பறவைகள் கீதம் பாடி எழுப்ப, கறந்த பால் காபி, மெதுவாக காவேரியில் திளைத்துக் குளியல், கால் மணலை உதறிக் கொண்டு மரத்தடிப் பிள்ளையாரை ஒரு சுற்று,வீட்டுக்கு வந்து வாழை இலையைச் சுட்டுக்கொண்டிருந்த பொங்கலை விரலால் தொட்டு ருசித்த வேளையில் வீட்டுக் கதவு தட்டப்பட்டது.

சுமதிதான் கதவைத் திறந்தாள். திறந்தால் கிருஷ்ணமூர்த்தி. தயவு செய்து பழசை எல்லாம் மறந்து, பெரிய மனதுடன் பார்க்க வேண்டும் என்று கேட்டுக்கொண்டு பிரதமரே வாசலில் காரில் அவர் காத்திருப்பதாகவும் சொன்னான். சுமதிதான் ராமச்சந்திராவுக்கு எடுத்துச் சொல்லிச் சம்மதிக்க வைக்க வேண்டும் என்று கெஞ்சினான். சுமதி இரண்டு பேரையும் உள்ளே வந்து அமரச் சொன்னாள்.

ராமச்சந்திரா நிதானமாக சாப்பிட்டு விட்டு ஊஞ்சலில் வந்து அமர்ந்தார். பிரதமர் முயற்சி செய்து எழுந்து ஒரு கும்பிடு போட்டார். சோர்வினால் இடுங்கிய கண்கள், தளர்ந்த உடல், வியர்வை, கசங்கிய ஆடைகள், உயரமே சற்றுக் குறைந்த மாதிரி இருந்தது. “ராம்சந்தர்ஜீ, இந்த அதிகாலை நேரத்தில் முன் அறிவிப்பு இல்லாமல் தொந்தரவு கொடுப்பதற்கு மன்னிக்கவும்”, ராமச்சந்திரா இருவரையும் உட்காரச் சொல்லி சுமதியைக் காபி கொண்டு வரச் சொன்னார்.

கிருஷ்ணமூர்த்தி ஜாதகத்தை எடுத்துக் கொடுத்தான். ராமச்சந்திரா கண்ணாடியை மாட்டிக்கொண்டு ஜாதகத்தை வாங்கிப் பார்த்தார். அப்படி ஒன்றும் விசேஷ ஜாதகம் இல்லை. இத்தனை நாட்கள் எப்படி பிரதமராக தாக்குப் பிடித்தார் என்பதே சந்தேகம்தான்.

பிரதமர் தொண்டையைச் செருமிக் கொண்டு தயங்கி ஆரம்பித்தார், “உங்களுக்கு எல்லாம் தெரிந்திருக்கும், கூட்டணி ஆட்சி...”

ராமச்சந்திரா கையை மறிக்க, பிரதமர் சொல்ல வந்ததை நிறுத்திக்கொண்டார். ராமச்சந்திரா கண்களை மூடிக்கொண்டு ஒரு கணம் யோசித்தார். தீர்மானமாக ஒரு முடிவுக்கு வந்தவராக “சரி, நான் சொல்ற மாதிரி செய்யுங்க...”

பழைய பிரதமர் ஆவலாக மேலே என்ன சொல்லப் போகிறார் என்று காத்திருந்தார்.

சொல்வனம், ஏப்ரல் 2014

யாதும் ஊரே

சங்கரலிங்கத்துக்குப் போலீஸ் ஸ்டேஷன் அதிகம் பழக்கமில்லை. வரவழைத்துக் கொண்ட அவசரத்துடன் தாண்டும் போது, போலீஸ்காரன் வாசலில் கையில் துப்பாக்கியுடன் காவலுக்கு இருக்க ஒன்றிரண்டு பேர் கலைந்த தலையும் தூங்காத கண்களும் அழுக்குச் சட்டையுடன் நிற்பதை ஓரக்கண்ணால் பார்த்திருக்கிறான். அன்று அகாலமாக சனிக்கிழமை இரவு பத்து மணிக்கு, போலீஸ் ஜீப் டயர் தேய, பூட்ஸ் கால்கள் வீட்டுக்கு முன்னும் பின்னும் ஒலிக்க, ஒரு தடி சப் இன்ஸ்பெக்டர், கையில் ஒரு உருட்டுத்தடியுடன், கோமதியையும் இழுத்துக் கொண்டு ஸ்டேஷன் விசாரணைக்குப் போகும் போதும் என்ன தப்பு நடந்தது என்று புரியவில்லை.

சங்கரலிங்கத்தின் வாழ்க்கை வருஷங்களாக ஒருவிதமான ஒழுங்கில் படிந்துவிட்டிருந்தது. பெரும்பாலும் அதிகம் வித்தியாசம் இல்லாத நாட்கள். அந்த செப்டம்பர் சனிக்கிழமை தவிர. தினமும் வாக்கிங் முடித்து, தினமும் காபியுடன் பேப்பர் படித்து, தினமும் சுத்தமாக ஷேவ் செய்து, குளித்து சஷ்டிக் கவசமும் அபிராமி அந்தாதியும் சொல்லி, தினமும் இட்லி தினமும் சட்டினி, தினமும் பட்டையாக இட்ட விபூதியை

லேசாக அழித்துவிட்டு பஸ் ஸ்டாண்ட் வந்தால் க்ருஷ்ணன் நாயர், நாகராஜ ராவ், பாண்டியன், ரோஸ் மேரி எல்லோரையும் தினமும் பார்த்து சம்சாரித்து, மாத்தாடி, சௌக்கியம் விசாரித்து குட் மார்னிங் சொல்லி சரியாக 8 மணிக்கு ஃபாக்டரி பஸ் வந்து விடும். பஸ்ஸில் சில பேர் சீட்டுக்கட்டு, சிலர் உரத்த பேச்சு, சிலர் தூக்கம் சங்கரலிங்கம் விட்ட இடத்திலிருந்து பேப்பர். மாலை ஆறரை மணிக்கு வீட்டுக்கு வந்தவுடன் காபி, சிறிது நேரம் சீரியல்கள் எட்டு மணிக்கு சாப்பிட்டு ஒன்பதுக்கு ந்யூஸ் பார்த்து விட்டு விட்டு ஒன்பதரைக்கு தூங்கி, தொப்பை படிந்து கண்ணாடி போட்டு வயது ஆகிவிட்டது.

கோமதியைப் பார்த்தால் வயது சொல்ல முடியாது. சின்ன வயதில் நாட்டியம் கற்ற பழக்கம், இப்பவும் நிற்பது நடப்பது எல்லாம் நளினம். கண்கள் பேசும். சங்கரலிங்கம்தான் அதிகம் கவனித்தது இல்லை. கல்யாணம் ஆன சில வருடங்கள் வரை குழந்தைகள் இல்லை என்று சின்னதாக ஆரம்பித்தது, நடுவே என்று பெரிய சண்டை ஆகி, அதற்குப் பிறகுதான் சங்கரலிங்கம் சஷ்டி கவசம் எல்லாம் தீவிரமாக ஆரம்பித்தது. கடந்த சில வருடங்களாக, இரண்டு பேரும் சமாதானமாகி, கிட்டத்தட்ட ஒருவரை ஒருவர் சகித்துக் கொண்டு இருந்து வருகிறார்கள்.

சங்கரலிங்கம் அப்படி ஒன்றும் சாமர்த்தியம் இல்லை என்று சொல்ல முடியாது. சுமார் பத்து வருடங்களுக்கு முன்பேயே ஹவுஸிங் சொஸைடியில் ஒரு அரை க்ரவுண்டு ஸைட் வாங்கிப் போட்டு விட்டான். இப்போதுதான் லோன் வாங்கி ஒரு சின்னப் பெட்டி வீடு கட்டி இருக்கிறான். புது வீடு முதலில் சில நாட்கள் வரை மர வாசனையும், பெயின்ட் வாசனையுமாக நன்றாகத்தான் இருந்தது. சங்கரலிங்கத்துக்கு ஒன்றும் பெரிய வித்தியாசமாக தெரியவில்லை. இந்த இடத்துக்கும் பத்து நிமிட நடையில் பாக்டரி பஸ் வந்தது.

கோமதிக்குத்தான் சரிப்பட்டு வரவில்லை. பழைய வீடு இருந்தது மல்லேஸ்வரத்தில். நடந்தால் காய்கறி மார்க்கெட், ஈரோடு வெண்ணெய், இருமலுக்கு நாட்டு மருந்துப் பொடி, சுங்கடி புடவை, பெருமாள் கோவில், கோகுலாஷ்டமி சமயத்தில்

சஞ்சய் கச்சேரி, வீணா ஸ்டோரில் சாம்பார் இட்லி என்று பழக்கமாகி இருந்தது. அதைவிட விமலா, மஞ்சுளா என்று நிறைய நட்பு.

புது வீட்டுக்குப் பக்கத்தில் அதிகம் வீடுகளே இல்லை. தெருவிலே அங்கும் இங்குமாக மொத்தம் ஆறு வீடுகள்தான். வந்த இரண்டு நாட்களில் செய்த நட்பு முயற்சி அவ்வளவு பயன் இல்லை. இருப்பதற்குள் பக்கம் என்கிற வீடு இரண்டு ப்ளாட் தள்ளி. கோமதி தானே அறிமுகம் செய்து கொண்டு, பக்கத்தில் என்ன கடை எங்கே என்ன கிடைக்கும் என்று கேட்க, அந்தப் பெண்மணி இந்தக் காலத்துப் பெண்கள் எப்படி காசை விரயம் செய்வது என்ற நோக்கத்துடன் அலைவதைப் பற்றியும், எப்படி நிரந்தர ஆனந்தத்தை அடையலாம் என்று அவர்களுடைய சுவாமிஜி சொல்லி இருக்கிறார் என்று ஆரம்பிக்க, பக்தி மார்க்கத்தில் அவ்வளவு தீவிர நாட்டம் இல்லாத கோமதி ஜாக்கிரதையாக பின் வாங்க நேர்ந்தது. பின் தெருவில் ஒரு வீடு, நடுவே காட்டுப் புதர்கள், தெருவைச் சுற்றிக் கொண்டு போக, அந்த வீட்டில் ஒரு தாத்தா அந்த இடத்தில் அவ்வப்போது பாம்பு வரும், ஒரு முறை யாரையோ புதருக்குள் அடித்துப் போட்டு விட்டார்களாம், அதனால் சாயங்காலம் ஆறு மணிக்குப் பிறகு நடந்து செல்வது அவ்வளவு நல்லதில்லை என்று அறிவுரை, வேறு. ஒரே வாரத்தில் கோமதிக்கு பெங்களூர் பாஷையில் சொன்னால் ரொம்ப பேஜாராகி விட்டது. எத்தனை நேரம்தான் டி.வி. பார்ப்பது.

இதற்கு நடுவே, சிறிது பொழுதுபோக்காக இருந்தது ப்ரோக்கர் நாராயணசுவாமியும் அவன் கூட்டிக் கொண்டு வந்த வாடகை வீடு தேடுபவர்களும்தான். மாடியில் ஒரு சின்ன ஹாலும் சமையல் அறையும் பெட் ரூமும், கடைசியாக ஓர் குட்டி பாத்ரூமுமாக முதலிலேயே ப்ளான் செய்து கட்டியது. வேறு எதற்காக இல்லாவிட்டாலும், வீட்டு லோன் கட்ட உபயோகமாக இருக்கும் என்றுதான். ஆரம்பத்தில் சங்கரலிங்கம் தானே ஒரு அட்டையில் சாக்பீஸால் வாடகைக்கு என்று எழுதித் தொங்க விட்டு, ஒரு வாரம் யாரும் வரவில்லை. பாக்டரியில் தெரிந்தவர்களிடம் சொன்னதில், அந்தக் காலனி எவ்வளவு

தூரம், எல்லாவற்றுக்கும் எவ்வளவு அசௌகரியம், அங்கே நடந்த கொலை போன்ற காரணங்கள் கிடைத்ததே தவிர, உபயோகமாக யாரும் கிடைக்கவில்லை. ஏறக்குறைய சங்கரலிங்கம் வாடகைக் கனவுகளைக் கைவிட்ட நிலையில், கோமதியின் மூலம்தான் ப்ரோக்கர் கிடைத்தான். நாயர் கடை அந்தப் பிராந்தியத்தில் இருந்த ஒரே ஒரு கடை. அரிசி,பால், காய்கறி அவசரத்துக்கு க்ரோஸின், 40 பக்கம் லாங் சைஸ் நோட்புக் என்று சகல சாமான்களும் கிடைக்கும். கோமதி ஒரு நாள் உச்சி வேளையில் பாதி சமையல் செய்யும்போது, அடுப்பை அணைத்து விட்டு அவசரத்துக்கு ஒரு தக்காளி கடன் கேட்கக்கூட பக்கத்தில் ஒரு வீடும் இல்லை, மாடியிலும் ஒருத்தரும் இல்லை என்று நாயரிடம் வருத்தப்பட்டபோது, நாயர் உடனே ஒரு போன் செய்து ஒரு வீட்டு புரோக்கருக்குத் தகவல் சொன்னான். அன்று மாலையே புரோக்கர் நாரயணசுவாமி அழுக்குக் கதர் குல்லா, அதற்குப் பொருத்தமாக அழுக்கு வேட்டி, கையில் ஓரங்கள் சுருண்ட நோட்புக், குண்டு பௌண்டன் பேனா, அந்தப் பேனா உதறிய இங்க் கறைகள் இப்படியாக ஒரு ஓட்டை சைக்கிளில் வந்து சேர்ந்தான். வீட்டைப் பார்த்துவிட்டு, ரூம் இன்னும் பெரிதாக இருந்திருக்கலாம், இந்த இடத்தில் இப்படிப்பட்ட வீட்டுக்கு ஸ்டூடென்ட்ஸ்தான் வருவாங்க என்று அரைகுறை தமிழ் கலந்த கன்னடத்தில் தீர்மானமாகச் சொல்லிவிட்டான். கோமதி முதலில் நாராயணசுவாமியின் தீர்மானத்தை ஏற்றுக்கொள்ளவில்லை. “இதோ பாருப்பா, யாராவது புதுசா கல்யாணமானவங்க இல்ல அதிகம் போனால் கல்யாணமாகி சின்ன குழந்தை இருக்கறவங்க இருந்தா கூட்டிட்டு வா, இல்லன்னா அவர் ஒத்துக்க மாட்டார்” என்று சொல்லிவிட்டாள். நாராயணசுவாமியும் தன் அனுபவ ஞானத்தினால் அப்படி கிடைக்க மாட்டார்கள் என்று திரும்பச் சொல்லியும் கேட்காததால், பார்க்கலாம் என்று சந்தேகமாகச் சொல்லிவிட்டுப் போய்விட்டான். ஒரு வாரமாக ஒன்றும் தெரிய வராததால், கோமதி போன் செய்ய, “நான்தான் அப்பவே சொன்னேனே, நீங்க கேட்கிற மாதிரி யாரும் வர மாட்டாங்க. ஸ்டூடென்ட்ஸ்தான் கிடைப்பாங்க, சரின்னா நாளைக்கே கூட்டிட்டு வரேன்” என்று வைத்து விட்டான்.

கோமதி யோசித்தாள். ஸ்டூடென்ட்ஸ் ஆக இருந்தால் என்ன தப்பு? நமக்கு வயசுப் பையனோ பெண்ணோ இல்லை. வாடகைக்கு விடும்போது நல்ல பசங்களாகப் பார்த்துவிட்டால், அதாவது நல்ல பசங்கள் என்றால், நான் வெஜ் சாப்பிடாத, குடிக்காத, நள்ளிரவு வரை நண்பர்களைக் கூட்டி வந்து டிவியை அலற விடாமல், இரவு 10 மணிக்கு சமர்த்தாகத் தூங்கி, காலை ஆறு மணி சுமாருக்கு எழுந்து, ஒழுங்காகக் குளித்து, மாதா மாதம் சரியாக சலூனுக்குப் போய் முடிவெட்டிக்கொண்டு, ஒரு நாள் தனக்கு முடியவில்லை என்றால் மெயின் ரோடு வரை போய் இட்லி வாங்கி வந்து... யோசித்தால் கிட்டத்தட்ட பசங்கள் இல்லாத குறைதீரும் என்று தோன்றியது. ஆனால் சங்கரலிங்கம்தான் ஒத்துக்கொள்வானா என்று சந்தேகமாக இருந்தது. இருக்கட்டும் என்று ஒரு குருட்டு தைரியத்தில் புரோக்கரிடம் ஸ்டூடென்ட்ஸ் இருந்தாலும் பரவா இல்லை என்று சொல்லிவிட்டாள்.

சொல்லி இரண்டே நாளில் நாராயணசுவாமி அந்தப் பசங்களை அழைத்துக் கொண்டு வந்து விட்டான். கேரளத்துப் பசங்கள். மூன்று பேரில் ஒருவன் தான் சிறிது தமிழ் தடுமாறிப் பேசினான். மற்றவர்கள் நாணத்துடன் பொதுவாக புன்னகையுடன் ஓரமாக நின்றார்கள். சொந்த ஊர் கோட்டயம் பக்கத்தில் கிராமம், இங்கே காலேஜ் படிக்க வந்திருக்கிறார்களாம். வீட்டில் சமையல் செய்யும் உத்தேசம் எதுவும் இல்லையாம். மெயின் ரோட்டில் கைராளி மெஸ்ஸில் சாப்பிடுவார்களாம். இரவில் டிவி அலற விடக்கூடாது, குடி எல்லாம் இருக்கக் கூடாது என்று ஆரம்பிக்கும்போதே, “சேச்சி நாங்கள் படிக்க வந்திருக்கிறோம், மரியாதையான குடும்பம், ஊரில் அப்பா அம்மாவை விட்டு வந்திருக்கிறோம், எங்களுக்கும் பொறுப்பு உண்டு...” என்று நீளமாக, உணர்ச்சியுடன் பேசினான். பசங்களின் புன் சிரிப்பே நிறைவாக இருந்தது. சேச்சி சரி என்றால் அந்த வார இறுதியிலேயே குடி வருவதாகச் சொன்னார்கள். இன்னும் சங்கர லிங்கத்திடம் சொல்லக் கூட இல்லை. இவ்வளவு சீக்கிரம் அடுத்த கட்டத்திற்கு வந்து விடும் என்று எதிர் பார்க்கவில்லை. முதலில் குடும்பம் இல்லை, காலேஜ் பசங்கள் என்பதை

ஒத்துக்கொள்ள வைக்க வேண்டும். அடுத்தது அவர்கள் வேற்று மொழிக்காரர்கள் என்பது. ஒத்துக்கொள்வானா என்று சந்தேகமாக இருந்தது.

ஞாயிற்றுக்கிழமை காலையிலிருந்தே மழை லேசாகத் தூறிக் கொண்டிருந்தது. வெளியில் எங்கும் போக முடியாத, வீட்டுக்குள் இருந்தாலும் மனதுக்குச் சோர்வைத் தரும் மழை. சங்கரலிங்கத்தைப் பார்த்தால் சற்று எரிச்சலாகத்தான் இருந்தான். காலையில் விஷயத்தையே ஆரம்பிக்கவில்லை. மதியம் தூங்கி எழுந்தபின் ஆரம்பிக்கலாம் என்று திட்டம். சங்கரலிங்கம் எழுந்த போது மணி மாலை நாலரை. தூறல் விட்டபாடில்லை. வழக்கமாக ஒரு காபி மட்டும்தான், அன்று வெங்காய பஜ்ஜியும் பொருத்தமாக இருந்தது. சங்கரலிங்கம் சற்று அதிகமாகவே சாப்பிட்டு விட்டான். அபூர்வமாக போடும் வெற்றிலையும் வாசனைப் பாக்கும் வேறு. திடீரென்று ஆறு மணிக்கு தூறல் நின்று, காரை எடுத்துக் கொண்டு பிள்ளையார் கோவில் வரை போய், வழக்கமாக அவசரத்தில் சிடுசிடுக்கும் அர்ச்சகர் நிதானமாக கற்பூரம் காண்பித்து, கையில் நினைத்தபடி சிவப்புப் பூ கொடுத்து, எல்லாம் நல்ல சகுனமாக அமைந்தது. வீட்டுக்கு வந்து, சோபாவில் அமர்ந்து, டிவி சானல்களை சுழற்றினால் பழைய நாகேஷ் மனோரமா காமெடி. சங்கரலிங்கம் நிறைந்து உட்கார்ந்து இருந்தபோது மெதுவாக ஆரம்பித்தாள்.

“நாராயணசுவாமி வந்திருந்தான், இந்த மாதிரி இடத்துல தனியா சின்ன ஃபாமிலி எல்லாம் வர மாட்டாங்களாம், பக்கத்துல ஒரு வீடும் இல்ல, கொலை நடந்த ஏரியா, காலேஜ் ஸ்டூடென்ட்தான் வருவாங்கன்னு சொல்றான்.”

சங்கரலிங்கம் மௌனமாக மேலே சொல்லு என்பதுபோல பார்த்துக்கொண்டிருந்தான், ஒரு சில வருஷங்களுக்கு முன்பு கூட.

“அப்படின்னா நாம வீடு கட்டின ஏரியாவே சரி இல்லயா? இங்க இருக்கறவங்கள பார்த்த மனுஷங்களா தெரியலயா? நான் ஏமாந்த ஆசாமி, சாமர்த்தியம் போதாது இல்லயா? மல்லேஸ்வரத்திலயே கோடி கோடியா கொடுத்து வீடு கட்டி

இருக்கணுங்கறயா? போயி மொதல்ல வேற புரோக்கரப் பாரு" என்று சொல்லி இருப்பான். இப்போது சிறிது நிதானம் வந்திருக்கிறது.

தருணம் என்றுதான் சொல்ல வேண்டும், சங்கரலிங்கம் நல்ல பசங்களாக இருந்தால் வாடகைக்கு விடுவதற்கு ஒத்துக் கொண்டு விட்டான். இரண்டு நாள் விட்டு தயங்கியபடி ஆரம்பித்தாள். "பார்த்தா நல்ல பசங்க மாதிரிதான் இருக்கு, ஆனா அவங்க கேரளத்துப் பசங்க, தமிழ் வராது."

"எந்த ஊரானால் என்ன, நல்ல மாதிரியாக இருந்தால் சரி, எங்க பாக்டரியில கூட வேலை செய்யவறங்க எல்லாரும் என்ன தமிழா, தினமும் பஸ்ஸில க்ருஷ்ணன் நாயர், நாகராஜ ராவ், ரோஸ் மேரின்னு எல்லார் கூடயும் எத்தனை வருஷமா நட்பு? நாமகூடதான் இங்க பெங்களூர் வந்து செட்டில் ஆகலயா? நம்ம பழைய வீட்டு ஓனர் கொங்கணி பேசற மங்களூர்க்காரங்க. நாம "யாதும் ஊரே யாவரும் கேளிர்"னு ரெண்டாயிரம் வருஷத்துக்கு முன்னேயே பாடின மரபு. இந்தச் சின்ன புத்தி எப்பதான் போகுமோ" சற்றுக் கோபமாகவே பேசினான்.

பசங்கள் குடி வந்து மூன்று மாதம் ஆகி இருக்கும், இருப்பதே தெரியாமல் இருந்தார்கள். காலை எட்டு மணிக்கு முதுகில் பெரிய புத்தகப் பையுடன் கிளம்பினால் சில சமயம் இரவு எட்டு ஒன்பதுக்குத்தான் திரும்ப வந்தார்கள். கூர்ந்து கேட்டால் இரவு பத்து பத்தரை வரை ஏதோ மலையாளம் சானல் மெல்லியதாய்க் கேட்கும். ஞாயிற்றுக்கிழமை ஆனால் துணி எல்லாம் தோய்த்து அழகாக மொட்டை மாடியில் உணர்த்தி, கையில் எப்போதும் ஏதாவது புத்தகத்துடன் உலாவினார்கள். எதிர்ப்பட்டால் அழகாக புன்னகையும் மரியாதையும்.

முதல் மாத வாடகை வாங்கியவுடன், கோமதி கோவிலுக்குப் போய் அர்ச்சனை செய்து விட்டு வந்தாள். காலையில் சங்கரலிங்கம் பஸ்க்கு கிளம்பும்போது, மாடி பால்கனியில் வாயில் டூத் ப்ரஷ் நாள் தவறாது புன்னகையுடன் ஒருத்தனாவது குட் மார்னிங் சொல்லுவான். மூன்று நாட்களாகக் காணவில்லை.

கோமதியிடம், "என்ன ஏதாவது ஓணமா? ஊருக்குப் போய் விட்டார்களா?" என்று கேட்டான். "இல்லை, ஏதோ ஸ்டடி ஹாலிடே, அப்படியே ஊருக்குப் போய் வருவதாகச் சொல்லி இருந்தார்கள், வருவதற்கு ஒரு வாரத்துக்கு மேல் ஆகும் என்று வாடகையைக் கூட முன்பே கொடுத்துவிட்டார்கள்." என்றாள் அதற்கு மேல் இரண்டு பேரும் அவ்வளவாகக் கவலைப் படவில்லை, ஒழுங்காக வாடகை வந்து கொண்டிருந்தது. நல்ல பசங்களாகத்தான் தெரிந்தார்கள். ஒரு தொந்தரவும் இல்லை. இரண்டு நாட்களுக்கு முன்பே திரும்பி வந்திருக்க வேண்டும். வரவில்லை. ஏதாவது மொபைல் நம்பர் இருக்கிறதா என்று கேட்டான். மொபைல் போன் தொடர்பு இல்லை என்று குரல் வந்தது. சங்கரலிங்கமும் கோமதியும் அவ்வளவாகக் கவலைப்படவில்லை. அவர்கள் ஊர் எதோ கிராமம் என்று சொன்னார்களே, அங்கே சிக்னல் இல்லை போல என்று விட்டு விட்டார்கள்.

சனிக்கிழமை இரவு போலீஸ் ஜீப்பில் போகும்போதுதான், இது ஏதோ அந்தப் பசங்கள் சம்பந்தப்பட்ட விவகாரம் என்று தோன்றியது. சங்கரலிங்கத்துக்குப் போலீஸ் ஸ்டேஷனை வாசலிலிருந்து பார்த்துதான் பழக்கம். மற்றபடி காந்தி படம் மாட்டித் துணி விரித்த மேஜையும் வரிசையாகக் கம்பி போட்ட செல்களும் சினிமாவில் பார்த்ததுதான். இது வேறே மாதிரி இருந்தது. ஒரு பழைய வீட்டை போலீஸ் ஸ்டேஷனாக ஆக்கி இருந்தார்கள். நீளமாக பெஞ்ச் போட்ட அறைகளும் அங்கங்கே பெடஸ்டல் ஃபேன் நிறுத்தி வைத்து, துருப்பிடித்த பச்சை நிற இரும்பு டேபிள்களில் குண்டு நோட்டுப் புத்தகங்களும் பழைய பல்புகளிலிருந்து தூசி கசிந்த மங்கிய வெளிச்சமும் குச்சியால் பல் குத்திக்கொண்டு சோம்பேறித்தனமாக அமர்ந்திருந்த ரைட்டரும், எல்லாம் தாண்டி பின் பக்கம் ஜன்னல்கள் மூடி இருந்த ஒரு அறைக்கு கிட்டத்தட்ட இழுத்துக்கொண்டு சேர்த்தார்கள். இன்ஸ்பெக்டர் காத்திருந்தான். கையில் செல்போன், முகம் கடுப்பில் இருந்தது. தலையை ஆட்டி ஸார் ஸார் என்று சொல்லிக்கொண்டு இருந்தான். பேசி முடித்துவிட்டு, நிதானமாகக் கையில் குறுந்தடியை எடுத்து

நீட்டிக்கொண்டு அவன் கோமதியைப் பார்த்த பார்வையே சரி இல்லை. கையிலிருந்த தடியால் நாற்காலியைத் தட்டி உட்காரச் சொன்னான். இருவரும் நாற்காலி நுனியில் தொற்றிக் கொண்டார்கள்.

“என்ன சின்ன பசங்கன்னா விசாரிக்காம வாடகைக்குக் கொடுத்திட்டீங்களா ? அவங்க எந்த ஊரு என்ன பண்றாங்கன்னு தெரியுமா?”

சங்கரலிங்கம் அவர்களுடன் அதிகம் சகவாசம் வைத்துக் கொண்டதில்லை. காலைப் புன்னகையோடு சரி. பதில் தெரியாமல் கோமதியைப் பார்த்தான்.

“ஓ! உங்களுக்குத்தான் பழக்கமா? அய்யாவுக்கு வயசாச்சில்லையா, அவரு வீட்டுல இல்லாத போது வாடகை வாங்க அப்படி இப்படின்னு மாடில போய்...” அதற்கு மேல் கோமதிக்குத் தாங்க முடியவில்லை. கண்களில் நீர் துளிர்த்தது.

“அவங்க யாருன்னு தெரியுமா? டெரரிஸ்ட்டுங்க. ரெண்டு நாள் முன்னாடி ஸ்டேடியத்து வாசல்ல வெடிச்சுதே, அது இவங்க வெச்ச குண்டு.”

“அய்யோ! இருக்காதே, கள்ளம் இல்லாத பசங்கன்னா அவங்க,” என்று நினைத்துக் கொண்டாள் இன்ஸ்பெக்டருக்குப் புரிந்திருக்க வேண்டும்.

“உங்கள மாதிரி ஏமாந்த ஆட்களால்தான் எல்லோருக்கும் பாதுகாப்பே இல்லை, கொஞ்சமாவது அறிவு இருக்கா? பார்த்தா படிச்ச மாதிரிதானே இருக்கீங்க? யாருக்கு வாடகைக்குக் கொடுக்கறோம் என்ன செய்யறாங்கன்னுகூட தெரியாம நம்பி இருக்கீங்க. அந்த குண்டு முழுசா வெடிக்கல, அதுவும் வெடிச்ச போது பக்கத்துல அதிகம் கூட்டம் இல்ல, யாரும் சாகல, இல்லாட்டி என்ன ஆகி இருக்கும் தெரியுமா.”

சில நாட்களுக்கு முன் டிவியில் செய்திகளில் பார்த்தது லேசாக நினைவுக்கு வந்தது.

“அதிகம் கலவரம் ஆகக்கூடாதுன்னு நாங்க விவரம் எதுவும் ப்ரெஸ்ஸுக்குக் கொடுக்கல. இதப் பாருங்க...”

போட்டோவில் ஒரு சின்னப் பையனும் அருகே அவனுடைய அம்மாவாக இருக்க வேண்டும், தரையில் அலங்கோலமாக கிடந்தார்கள், பக்கத்தில் சிதறிய பாட்டில் ஒன்று.

"நல்ல காலம் உயிர் பிழச்சுட்டாங்க, இல்லன்னா நீங்களும் உள்ளேதான்."

அன்று கடைசியில் இரண்டு மணி நேர விசாரணைக்குப் பிறகு, சங்கரலிங்கத்துக்கும் கோமதிக்கும் சதியில் சம்பந்தம் இல்லை என்பதுபோல அப்போதைக்கு விட்டு விட்டார்கள்.

அதற்குப் பிறகு, இதுவரை வாழ்க்கையில் அதிகம் போலீஸ் ஸ்டேஷன் பக்கம் போகாததற்குச் சேர்த்து தினமும் போக வேண்டி இருந்தது. நாராயணசுவாமியையும் போலீஸ் விடவில்லை. ஒவ்வொரு தடவையும் வேறு வேறு போலீஸ் ஆசாமிகள், அதே கேள்விகள். போலீஸ் அடிக்கடி வீட்டுக்கு வேறு வந்து மாடியில் எல்லா சாமான்களையும் எடுத்துத் தோண்டி, துருவி ஒன்றும் அகப்படவில்லை.

இதற்கு நடுவே விஷயம் பரவி, அந்த வீட்டுக்கு டெரரிஸ்ட் வீடு என்று பெயர் தானாக வந்து சேர்ந்தது. அடுத்த வீட்டு பஜனுக்கு வந்த பக்தர்கள், பின் வீட்டுத் தாத்தாவின் அமெரிக்கப் பேரன் என்று அடிக்கடி நிறையப் பேர் அகாலத்தில் வந்து சின்ன சுற்றுலாத்தலம் போல வந்து சென்றார்கள். ஒரு நாள் நாராயணசுவாமி வந்து ஒரு குரல் அழுதுவிட்டுப் போனான். அவனுக்கு இப்போது பிஸினஸ் படுத்து விட்டதாம். எங்கே போனாலும் டெரரிஸ்ட் ப்ரோக்கர் என்று அடையாளம் ஆகி விட்டதாம். இருந்தாலும் அவன் விடுவதாக இல்லை. வேறு யாராவது பார்ட்டி இருந்தால் அழைத்து வரலாமா என்று கேட்டான். சங்கரலிங்கத்துக்கு கோபம் உச்சி வரை ஏறியது. ப்ரோக்கரைத் திட்டி வெளியில் துரத்தி கதவை இழுத்து மூடி சோர்வாகி படுத்துக்கொண்டுவிட்டான்.

இதெல்லாம் முடிந்து மூன்று மாதம் ஆகி இருக்கும். கூரியர்காரன் வந்து பாங்க்கிலிருந்து கடிதம் கொடுத்துவிட்டுப்போனான். வீட்டு லோன் இன்னொரு அரை சதவீதம் உயர்ந்திருந்தது.

சங்கரலிங்கத்துக்கு வயதாகிவிட்டதால், லோன் திருப்பித் தர வேண்டிய காலத்தை இன்னும் நீட்ட முடியாதாம். மாதாந்திர ஈஎம்ஐ அதிகம் செய்து அடுத்த மாதத்திலிருந்து புதிய தொகைக்கு செக் அனுப்பச் சொல்லி இருந்தது. செக் எழுதும்போதுதான் மாடி காலியாக இருப்பது மறுபடி உறைத்தது.

நாராயணசாமி மறுபடியும் வந்திருந்தான். இந்த முறை சங்கரலிங்கம் கோபித்துக்கொள்ளவில்லை. கத்தவில்லை. "இதோ பாருப்பா... உனக்கும் பிஸினஸ் ஆகணும், எனக்கும் வாடகை வேணும். ஏதோ ஆகாத வேளை போனதடவை யாரையோ வாடகைக்கு வெச்சு, போலீஸ் ஸ்டேஷன் வரை போயிடிச்சு. ஒருதரம் பட்டா கவனமா இருக்கணும் இல்லையா, இனிமேல் வம்பே வேண்டாம். எங்களுக்கெல்லாம் சொந்த ஊர் திருநெல்வேலி பக்கம். நம்ம ஊர்க்காரனா இருக்கணும். சைவப் பிள்ளைமாரா பாரு. வாடகை கொஞ்சம் முன்ன பின்ன இருந்தா பரவா இல்ல, நான் சொன்னது மத்தது எல்லாம் முக்கியம், என்ன புரிஞ்ச்சுதா?"

நாராயணசுவாமிக்கு ஒன்றும் புரியவில்லை, இருந்தாலும் சிரத்தையாக அழுக்கு நோட் புக்கை எடுத்துக்கொண்டு பேனாவை உதறினான்.

சொல்வனம், ஜூலை 2013

ஆதாரம்

அதிகாலை எழுந்த சிவந்த கண்கள், தொப்பி, கூலிங்கிலாஸ், டிஜிடல் காமரா, தண்ணீர் பாட்டில் என்று பஸ் முழுவதும் சுற்றுலாப் பயணிகள். புதிய சாலை, மல்டி ஆக்ஸல் பஸ். ஆனாலும் அடிக்கும் ஏஸியும் அலறும் சினிமாப் பாட்டும் தூக்கத்துக்குத் தொந்தரவாக இருந்தது. ஏழரை மணிக்குக் காலை உணவுக்காக பஸ் நிறுத்தப்பட்டது. அப்போதுதான் முதல் தகராறு ஆரம்பித்தது.

டூர் கைடின் குரல் ஒலிபெருக்கியில் சரித்திர காலத்துக்கு அழைத்தது. சில நூற்றாண்டுகள் பின்னே எப்போதும் சற்று அரைத் தூக்கத்தில் இருக்கும் ஊர், கோட்டை, அகழி, சுரங்கப்பாதை, அரண்மனை, ஆயுத சாலை, சங்கீத மஹால், வசந்த மண்டபம், யானைக் கொட்டில், ம்யூஸியம், ரவி வர்மா படங்கள், வினோத மணிக்கூண்டு என்று நாள் முழுவதும் பார்க்கலாம்.

டூர் கைடு வயசானவராக இருந்தாலும் “காலை வணக்கம், என் பெயர் விக்ரம்” என்று ஆரம்பித்தது முதல் உற்சாகமாகப் பேசினார். சுமார் எழுபது வயது சொல்லலாம், பார்த்தவுடன் ஒரு மரியாதை தோன்றும் உயரமான மெலிந்த உருவம்,

சிரிக்கும் பெரிய கண்கள், மெல்லிய வெள்ளி ஃப்ரேம் கண்ணாடி, நேர்த்தியான தூய வெள்ளை ஜிப்பா என்று வயதாகி இருந்தாலும் வசீகரமாக இருந்தார், அவருடன் தான் வாக்கு வாதம் ஆரம்பித்தான் ரஞ்சன். என் பக்கத்து ஸீட்டில் அமரும் போதே கையில் குண்டு புத்தகத்துடன் வந்தவன். சிறு வயதுதான். தடியான கண்ணாடி, ஒழுங்கற்ற தாடி, நிறம் வெளுத்த பித்தான் கழன்ற சட்டை, காக்கி பேன்ட், புழுதி படிந்த ஷூ. " ஹலோ, நான் ரஞ்சன்" என்று மொட்டையான அறிமுகத்துடன், சினேகம் இல்லாமல் புன்னகைத்து விட்டு ஏறியது முதல் பரீட்சைக்குப் படிப்பது போல அவசரமாக பக்கங்களைத் திருப்பிக்கொண்டிருந்தான்.

போகும் வழி வறண்ட பூமி. காலை வெயிலில் பனை மரங்களின் நீண்ட நிழல்கள். திடீரென்று நிலப்பரப்பு மாறியது. சிறு மரங்கள், பிறகு அடர்ந்த சோலை ஒன்று. அங்கேதான் ஒரு ஹோட்டல் இருந்தது. விக்ரம் அந்த இடத்தின் சரித்திரத்தை ஆரம்பித்தார். இது ஒரு முக்கியமான வியாபார ஸ்தலமாக இருந்ததாம். நெடுஞ்சாலை இதே வழியாகத்தான் தலைநகரத்துக்குப் போனது. அரபு வியாபாரிகள் குதிரைகளை துறைமுகத்தில் கப்பலிலிருந்து இறக்கி வந்து இங்குதான் விற்பார்களாம். அவர் பேசிக்கொண்டிருக்கும்போதே ரஞ்சன் சற்று பரபரப்பானான். குண்டு புத்தகத்தை எடுத்து பக்கங்களைத் திருப்பினான். ஏதோ முணுமுணுத்தான். அப்போது விக்ரம் "இதே இடத்தில் உணவு சாலை இருந்தது, ஏழு தலைமுறைகளாக ஒரே குடும்பத்தினர் அதை நடத்தி வருகிறார்கள்" என்றார். அவ்வளவுதான் ரஞ்சன் எழுந்து அவரைப் பார்த்துக் கிண்டலாக "எந்த நூற்றாண்டில் இருந்து அரபு வியாபாரிகள் வந்து குதிரை விற்றார்கள் என்று சொல்ல முடியுமா?" உரக்கக் கேட்டு நிறுத்தினான். விக்ரம் ஒரு கணம் திகைத்து நின்றார்.

ரஞ்சன் தொடர்ந்தான்... "முதல் தப்பு அரபு வியாபாரிகள் இந்த இடம் வரை வந்ததே இல்லை, நம் ஆட்கள் துறைமுகத்திலிருந்து வாங்கி வந்து உள் நாட்டில் விற்றார்கள். இரண்டாவது ஏழு தலைமுறைக்கு முன்பு நம் நாட்டில் உணவைக் காசுக்கு விற்க

மாட்டார்கள். தர்ம சத்திரம்தான். என்ன இப்படி இஷ்டத்துக்குக் கதை விடுகிறீர்கள்?" என்று ஆவேசமாகக் கேட்டான். சில பேர் அதிர்ச்சியாகவும், சிலர் விக்ரம் என்ன பதில் சொல்லுவார் என்று ஆர்வமாகவும் திரும்பினார்கள். விக்ரம் ஒரு கணம் தடுமாறின மாதிரி இருந்தது. அவர் தன் கண்ணாடியைக் கழற்றி. கைக்குட்டையால் துடைத்தபடி நிதானமாக, மரியாதையாக "அய்யா, நான் வாய்மொழியாகக் கேள்விப்பட்டது, இங்கே வந்துதான் அரபு வியாபாரிகள் வியாபாரம் செய்தார்கள். நம் அரசர்கள் குதிரைகளை வாங்கியது மட்டும் அல்ல, அவர்களுக்கு இங்கே தங்க ஒரு குடியிருப்புப் பகுதி அமைத்துக் கொடுத்தார்கள் என்று கேள்விப்பட்டிருக்கிறேன். இரண்டாவது நான் உணவைக் காசுக்கு விற்றார்கள் என்று சொல்லவில்லையே, இந்த இடத்தில் சத்திரமும் உணவு சாலையும் இருந்தது, இதோ இப்போது இருக்கும் முதலாளியின் முன்னோர்கள்தான் அதைப் பராமரித்து வந்தார்கள், அவரிடம் ராஜ மான்யம் ஓலைச்சுவடிகள் கூட உண்டு, நானே பார்த்திருக்கிறேன். நான் பூரணமாக நம்பாத எதையுமே சொல்ல மாட்டேன்."

ரஞ்சன் அந்தக் குண்டு புத்தகத்தை எடுத்து ஆட்டினான். "ஸர் ஜான் வில்லியம்ஸ் ஒரு இடத்துலயும் இந்தக் கதையச் சொல்லல. இதெல்லாம் படித்ததுண்டா, நீங்கள் சொல்வதற்கெல்லாம் என்ன ஆதாரம்?" என்றான். அவன் ஸர் ஜான் வில்லியம்ஸ் என்றபோது விக்ரமின் முகத்தில் ஒரு சுழிப்பு தோன்றி மறைந்தது.

அதற்குள் முன்புறம் இருந்த ஒருவர், "விடுங்கப்பா, பசிக்குது போய் சாப்பிடலாம்" என்று தற்காலிகமாக அந்தப் போரை நிறுத்தினார்.

குழு இரண்டு மூன்று கட்சிகளாகப் பிரிந்தது. சில இளம் வயதினர் ரஞ்சனுடன் உட்கார்ந்தனர். அவன் புத்தகத்திலிருந்து உரக்கப் படித்துக் காட்டி விளக்கிக்கொண்டிருந்தான். சில வயதானவர்கள் விக்ரமைச் சுற்றி அமர்ந்தனர். அவரும் ஏதோ மெல்லிய குரலில் பேசிக்கொண்டிருந்தார், ஆனால் காலையில் ஆரம்பித்த உற்சாகம் இல்லை. சிலர் இந்த விவகாரத்தையே கவனிக்காமல் இட்லி தோசைகளில் கவனமாக இருந்தார்கள்.

சாப்பிட்டு பஸ்ஸில் ஏறி கிளம்பியதும் எல்லோரும் சற்று கண்ணசர, கனத்த மௌனம் நிலவியது.

சுமார் ஒன்பதரைக்குக் கோட்டை வாசலுக்கு வந்து சேர்ந்தோம். விக்ரம் அந்தக் கோட்டை கட்டப்பட்ட வரலாறு சொன்னார். அது பதினாலாம் நூற்றாண்டில் கட்டப்பட்டதாம். வடக்கிலிருந்து படை எடுப்புகள் அதிகமானதால், கோவில் கட்டுவது, சிற்பம், இசை, நாட்டியம் என்று கலைகளின் உச்சத்தில் இருந்த நாடு போருக்குத் தயார் செய்ய ஆரம்பித்ததின் முதல் அடையாளம் என்றார். கட்டப்பட்ட வருடம், அப்போது இருந்த மந்திரி, தளபதி, மற்ற சரித்திர விவரங்களை எல்லாம் விக்ரம் கவனமாகச் சொல்வதாகத் தோன்றியது. ரஞ்சன் அடிக்கடி புத்தகத்தைப் புரட்டி அவர் சொல்வதை எல்லாம் சோதித்துக் கொண்டிருந்தான். கோட்டை விஷயத்தில் அவ்வளவாக ஒன்றும் முரண்பாடு இல்லை போலும். இருந்தாலும் சிலர் ஏதோ கேட்க, அவன் மேலும் சில விவரங்களைப் புத்தகத்திலிருந்து படித்துக்காட்டினான்.

கோட்டை வாசலைத் தாண்டி உள்ளே சென்றோம். அங்கே நிறைய சிற்ப வேலைப்பாடுகளுடன் ஒரு கோவில். மன்னர்களின் குலதெய்வம் துர்க்கையின் கோவிலாம். விக்ரம், மன்னர் வாழ்ந்த காலத்தில் அந்தக் கோவில் எப்படி எல்லாம் இருந்தது என்று விவரமாக ஆரம்பித்தார். தினமும் ஆறு காலம் பூஜை நடக்குமாம், ஒவ்வொரு வேளையும் மங்கல வாத்தியங்கள் முழங்க, நாட்டியம் நடக்குமாம். தினமும் காலை தீபாராதனைக்கு வராமல் மன்னர் தண்ணீர் கூட அருந்த மாட்டாராம். நவராத்ரி காலத்தில் பூப் பல்லக்கு உற்சவம், ஊரே திரண்டு வருமாம். இப்படியாக பெருமிதத்துடன் தான் கண்டதை விவரிப்பது போல பேசிக்கொண்டே போனார். ரஞ்சன் மறுபடி புத்தகத்தைப் பார்த்து விட்டு ஸர் ஜான் வில்லியம்ஸ் இது காவல் தெய்வத்தின் கோவில் என்றல்லவா எழுதி இருக்கிறார் என்று ஆரம்பித்தான். இந்த முறை விக்ரம் தெளிவாக இருந்தார். "இது குலதெய்வம் கோவில். கோட்டைக் கதவுக்கு மேலே செதுக்கி இருக்கும் சிற்பம்கூட துர்கை தான். அதனால் காவல் தெய்வம் என்று எழுதியிருக்கக்

கூடும்" என்றார். அத்துடன் "உங்கள் ஸர் ஜான் வில்லியம்ஸ் ப்ரிடிஷ் அரசாங்கத்தின் ஏஜென்ட்- மாதத்துக்கு ஒரு முறை அரண்மனைக்குள் வந்து வந்து மன்னரிடம் வரி கேட்பான். நமது கலாசாரத்தைப் பற்றி என்ன தெரியும்?" என்றார். ரஞ்சன் ஒப்புக்கொள்ளாமல் ஏதோ முணுமுணுத்தான்.

வெயில் ஏறி தரை சுட்டது. அரண்மனைக்கு உள்ளே நுழைந்ததுமே குளிர்ச்சியாக இருந்தது. தந்தப் பல்லக்கு, ரத்தின சிம்மாசனம், தங்க அம்பாரி, சாரட்டு, தர்பார் உடைகள், இரும்புக் கவசம், கேடயம், வாள், சீன ஜாடிகள், வெள்ளிப் பாத்திரங்கள், நாணயங்கள், ஓலைச்சுவடிகள், செப்புப் பட்டயங்கள் என்று வரிசையாக பெரிய அறைகளைச் சுற்றி கால்கள் சோர்ந்தன. எல்லா இடத்திலும் விக்ரம் சரளமாக விளக்கம் கொடுத்துக் கொண்டு வந்தார். ரஞ்சன் புத்தகத்தை பார்த்துக் கொண்டு வந்தான். எல்லோரும் விக்ரமின் சுகமான குரலில் ஆழ்ந்து விட்டோம். ரஞ்சனுடைய கட்சி வலுவிழந்து விட்டதாகத் தோன்றியது.

சங்கீத மஹாலுக்கு வந்தோம். விசாலமான முற்றம் போல இருந்தது. ஒரு பக்கம் பெரிய மேடை, எதிரில் மன்னர் குடும்பத்துடன் அமரும் இடம், நாலு பக்கமும் மற்ற பிரதானிகள் அமர ஆசனங்கள், உயரமான தூண்கள், சித்திர முகப்பு என்று அபூர்வமாக இருந்தது. இங்கேதான் தினமும் மாலையில் சங்கீதம், நாடகம், நாட்டியம் என்று கலை நிகழ்ச்சிகள் நடக்குமாம். மேடையிலிருந்து சிறு ஒலி கூட மஹால் முழுவதும் தெளிவாகக் கேட்டது. விக்ரம் அங்கே நடைபெற்ற ஒரு நிகழ்ச்சியைப் பற்றிச் சொன்னார். வட நாட்டிலிருந்து ஒரு உஸ்தாத் வந்திருந்தாராம். அவருக்கும் ஆஸ்தான வித்வானுக்கும் போட்டி ஒரு இரவு முழுவதும் நடந்ததாம். சபையே மந்திரத்துக்குக் கட்டுப்பட்ட மாதிரி இருந்ததாம். அதற்குள் ரஞ்சன் குறுக்கிட்டான். மன்னர் அரசாங்க வேலைகளை சரியாகக் கவனிக்கவில்லையாமே, நாள் முழுவதும் பாட்டு, நாட்டியம், புலவர்கள் என்று பொழுது போக்கிக்கொண்டிருந்தாராம், மக்கள் அதிருப்தி அடைந்து ப்ரிட்டிஷ் அரசாங்கத்திடம் மனு கொடுத்தார்களாம் என்று ஆரம்பித்தான். இப்போது விக்ரமிற்கு நிஜமாகவே கோபம்

வந்து விட்டது. கையை வீசி, சரேல் என்று திரும்பினார் "என்னுடன் எல்லோரும் வாருங்கள்".

முண்டியடித்து அவரைப் பின்தொடர்ந்து தர்பார் மண்டபத்துக்கு வந்தோம். விக்ரம் கையை மேலே விரித்துச் சுற்றினார். அங்கே கண்ட காட்சியைச் சொற்களால் விவரிக்க முடியாது. அறுகோண வடிவில், பெரிய மேல் விதானத்துடன், வண்ணக் கண்ணாடிகள் பதித்த சுற்றுச் சுவர்களும், பொன் மிளிர்ந்த பிரம்மாண்டமான தூண்களும், மேலே உப்பரிகைகளும், விதவிதமான சலவைக் கற்கள் பதித்த தரையும், நாங்கள் எல்லோரும் அப்படியே அசந்துபோய் அப்படியே நின்று விட்டோம். ரஞ்சன் கூட புத்தகத்தை ஒரு கணம் மறந்து விட்டான்.

அந்த மண்டபத்தில் தர்பார் எப்படி இருந்திருக்கும் என்று யோசிப்பதற்குள், விக்ரம் சுவரில் இருந்த மகத்தான ஓவியத்தைக் காண்பித்தார். நடுவே சிம்மாசனத்தில் கம்பீரமாக மஹாராஜா அமர்ந்திருக்க, சுற்றிலும் மந்திரிகள், பிரதானிகள், அதிகாரிகள், கிராமங்களிலிருந்து வந்திருந்த குடிமக்கள், முதல் விளைச்சலை மன்னருக்குக் கொண்டு தருவார்களாம் நிறைய பழங்களும் தானியங்களும் கொட்டிக் கிடந்தன. ஒரு பக்கம் பட்டு வியாபாரிகள் வண்ணப் பட்டாடைகளைத் தயாராகக் கையில் வைத்துக் கொண்டு பணிவாக நின்றிருந்தனர், வியாபாரி ஒருவர் குண்டு குண்டான முத்து மாலைகளுடன். பாதுகாப்பு வீரர்கள், உப்பரிகைகளில் அந்தப்புரப் பெண்கள், குழந்தைகள், விளிம்பில் எட்டிப் பார்க்கும் சிறுவர்கள் என்று வண்ணமும் ஒளியும் கலந்து ஒரு மாய உலகத்தையே அங்கே கண்டோம். தற்போது சினிமாக்களிலும் சீரியல்களிலும் காண்பிக்கும் நீண்ட தர்பார் ஹால், தூண்கள், திரைச் சீலைகள் என்று பார்த்துப் பழகி, இந்த மாதிரி அரசவைக் காட்சி திகைப்பாக இருந்தது.

"அரசர் ஆடல் பாடல்களிலேயே ஆழ்ந்திருந்து நாட்டையே கவனிக்காமல் இருந்திருந்தால், இந்த மாதிரி மக்கள் அரசரிடம் ஆசையாக இருந்திருப்பார்களா? மன்னர் ஒரு நாள் கூட நாட்டு விவகாரங்களைக் கவனிக்காமல் இருந்ததில்லை, தினமும்

அவருக்கு நான்கு மணி நேரம் கூட தூங்க முடியாது, அப்படி உழைத்தவர்."

"ஸர் ஜான் வில்லியம்ஸ் அப்படிச் சொல்லவில்லையே மன்னர் நாள் முழுவதும் கேளிக்கையில் இருந்தார், எப்போது பார்த்தாலும் அவரைச் சுற்றி ஆட்டக்காரர்கள்தான் என்று தெளிவாக எழுதி இருக்கிறாரே?"

"மன்னர் அவனை ஒருநாளும் அரசவைக்கு அழைத்ததில்லை, அவன் அரசாங்கம் சரியாக நடக்கவில்லை, உள்நாட்டில் கலகம், ப்ரிட்டிஷ் அரசு பாதுகாப்புக்கு அதிகப் படைகளை அனுப்ப வேண்டும், அதற்கு அதிக வரி வேண்டும் என்று வசூல் செய்வதே குறியாக இருந்தவன். அவன் வேறு என்ன எழுதுவான்?"

ரஞ்சன் விடுவதாக இல்லை "சரி ஸர் ஜான் வில்லியம்ஸ் பொய் எழுதினார் என்றே வைத்துக்கொள்ளலாம் நீங்கள் சொல்வதற்கு என்ன ஆதாரம்? இந்தப் படம் ஒன்றுதானா? இல்லை அரசவைக் கவி யாராவது அரை வெள்ளிப் பணத்துக்கு இந்திரன் சந்திரன் என்று வர்ணித்து எழுதின காவியமா?"

"அட முட்டாளே, இதோ பார் எனக்கு ஒரு புத்தகமும் அவசியமில்லை" விக்ரம் அந்தப் படத்திற்கு அருகே சென்று சுட்டிக் காட்டினார். நாங்கள் எல்லோரும் படத்துக்கு அருகே சென்றோம். மன்னருக்கு அருகில் கம்பீரமாக ஒரு சிறுவன் அவன் அமர்ந்திருந்த கோலம், பெருமிதத்துடன் பார்க்கும் தோரணை, முகத்தில் ராஜ களை,

"அது நான்தான்" என்று முடித்தார் விக்ரம்.

திண்ணை, அக்டோபர் 2015

மனித குணம்

“அப்போது நேரம் மாலை அய்ந்து கூட இருக்காது, நன்றாக இருட்டிவிட்டது, இரவு தங்கும் கேம்புக்கு இன்னும் நான்கு மணி நேரமாவது நடக்க வேண்டும். ஒற்றையடிப் பாதைதான், ஒரு பக்கம் பாதாளத்தில் நதியின் ஓசை இன்னொரு புறம் உச்சி தெரியாத சிகரம். சூரியன் மறைந்தவுடன் குளிர் துளைக்க ஆரம்பித்தது. நாங்கள்தான் குழுவிலேயே வயசானவர்கள், மற்றவர்களுக்கு ஈடுகொடுத்து நடக்க முடியவில்லை, பின்தங்கிவிட்டோம். பனிமூட்டம் ஒரு அடி கூட கண் தெரியவில்லை. “விசாலம், கையப் புடிச்சுக்க, சறுக்கி விழுந்தா நேரா கைலாசம்தான், ரெண்டு பேருமா போயிடலாம்னேன். நமசிவாய, நமசிவாயன்னு சொல்லிட்டே நடந்தோம்.”

“அப்புறம் என்ன ஆச்சு” சிதம்பரம் அய்யாவுக்குப் பக்கத்தில் அமர்ந்திருந்த ஒருவர் ஆவலாகக் கேட்டார், தலையில் தொப்பி, கழுத்தில் கேமரா என்று சுற்றுலாப் பயணியின் சகல சாமுத்திரிகா லட்சணங்களுடன். அந்த மிகப் பெரிய கூடத்தில் சோஃபாக்களிலும் நாற்காலிகளிலும் பெரியவர்கள், இளைஞர், சிறுவர்கள் என்று சுற்றிலுமாக அமர்ந்து சங்கீதக் கச்சேரி போல ஆர்வமாக அய்யா சொல்வதைக் கேட்டுக் கொண்டிருந்தார்கள். சபையே கட்டுப்பட்டுக் கிடந்தது.

"அப்புறம் என்ன அப்படியே தட்டுத்தடுமாறி நள்ளிரவில் கேம்புக்குப் போய்ச் சேர்ந்தோம், காலை சூரிய வெளிச்சத்துல பொன் மாதிரி ஜ்வலிச்ச கைலாச பர்வதத்த பார்த்தவுடனே பட்ட கஷ்டம் எல்லாம் அப்படியே மறந்து போயிடுச்சு."

அந்த இரண்டு மணி நேரத்தில் நாங்கள் எல்லோரும் மானசரோவருக்கும் கைலாசத்துக்கும் சென்று வந்தோம். "நாமும் கைலாஷ் போய் வரலாமா" என்று என் மனைவி தீவிரமாகக் கேட்டாள்.

சிதம்பரம் பரம்பரையாகப் பெரிய குடும்பத்தச் சேர்ந்தவர்களுக்கு உள்ள கம்பீரமும் பணிவும் அளந்து கலந்த உருவம். சற்று குள்ளம், பருமன், ஆனால் கூர்மையான பார்வை. தூய வெள்ளை வேட்டியும், ஜிப்பா என்று சொல்ல முடியாத பூவேலை செய்த வெள்ளைச் சட்டை. அவருடைய குரல் மெலிதாக, ஆனால் உறுதியாக, பல வருடத்து அனுபவம் பேசியது. கூடவே எப்போதும் மணி என்று ஒரு உதவியாளர்.

சிதம்பரம் அய்யாதான் அந்த அரண்மனையின் உரிமையாளர். ஆமாம், அதை ஹோட்டல் என்றோ, விடுதி அல்லது ரிஸார்ட் என்றோ சொல்லிக் கொச்சைப்படுத்த முடியாது. பெரிய கல்யாண மண்டபம் மாதிரி. அதில் தங்கி இருந்தவர்களும் சுற்றிப் பார்க்க வருபவர்களும் சாப்பிடுபவர்களும் எப்போதும் கல்யாணக் களைதான். தன்னுடைய பூர்வீக வீட்டைச் சுற்றுலா ஹெரிடேஜ் ஹோம் என்று ஆக்கி இருந்தார். காம்பவுண்டுக்குள் நுழையும்போதே அசந்து நிற்க வைக்கும் முகப்பு. பூவாகத் தண்ணீர் சிந்தும் ஃபௌண்டன், பெரிய அலங்கார மரங்கள், வாசல் வராந்தாவில் ஏறியவுடன் நீள பெஞ்சு சுமார் இருபதடி இருக்கும், ஒரே மரப் பலகையில் செய்தது, பளபள என்று அமர அழைத்தது. பர்மா தேக்கு என்று அய்யா சொன்னார். வீட்டில் ஒவ்வொன்றும் அபூர்வமானதாக இருந்தது. அய்ந்து கட்டுகள், கல்யாணக் கூடம், நூறு அறைகள் என்று அவருடைய தாத்தா கட்டின வீட்டைப் பாழடைய விடாமல், சில அறைகளைச் சுற்றுலா வருபவர்களுக்கு வாடகைக்கு விட்டிருக்கிறார்.

"இதெல்லாம் வருமானத்துக்காகச் செய்யல, தாத்தா, அப்பா சேர்த்து வெச்ச சொத்தே இன்னும் ஏழு தலமுறைக்கு உட்கார்ந்து சாப்பிடலாம். எப்பவும் பிஸினஸ்தான், ஓடி ஓடி சேர்த்தாங்க. இத்தன பெரிய அரண்மன மாதிரி வீட்ட அவங்க யாரும் அனுபவிக்கல. நாந்தான் ரிடையரான பிறகு ஊருக்கு வந்து, இந்த வீட்டயும் பார்த்துக்கிட்டு,வரவங்களுக்கு நம்ம கலை பண்பாடு எல்லாம் விளக்கிப் பொழுத நல்லபடியா கழிச்சிட்டிருக்கேன்."

உண்மைதான், தினமும் மாலையில் அந்தப் பெரிய கூடத்தில் தர்பார் நடந்தது. நிறையப் பேர் வெளிநாட்டவர்களும் வந்து தங்கி இருந்தார்கள். தினமும் ஒரு விஷயம் எடுத்துக்கொண்டு அசத்தினார். நாங்கள் இருந்த முதல் நாள் கைலாச யாத்திரை, இரண்டாம் நாள் குடைவரைக் கோயில்கள், மறுநாள் மரபு ஓவியங்கள். ஒரு பெரிய நூலகம். அதிலிருந்து சம்பந்தப்பட்ட புத்தகங்களை எடுத்துக் படித்துக் காண்பிப்பார். எல்லாம் அருமையான புத்தகங்கள். இந்தியக் குகைக் கோயில்கள் (1880), லாங்கர்ஸ்ட் எழுதிய ஹம்பி ரூயின்ஸ் (1933), என்று ஆரம்பித்து சமீபத்தில் தொல்பொருள் துறை வெளியிட்ட தஞ்சாவூர் பெரிய கோயில் ஓவியங்கள் வரை சேர்த்திருந்தார்.

வெறும் புத்தக அறிவு மட்டும் அல்ல, எல்லா இடங்களுக்கும் தானே சென்று வந்த அனுபவங்களையும், ஊர், மனிதர்களைப் பற்றியும் அவர்களுடைய பழக்க வழக்கங்கள், கலைகள், உணவு என்று நிறைய ஆதாரபூர்வமாகப் பேசினார். தஞ்சாவூர் பெரிய கோயிலின் கோபுரம் உள்புறம், நாயக்கர் காலத்து ஓவியங்களைச் சுரண்டி அவற்றுக்கு அடியில் சோழர் காலத்து ஓவியங்களை நாங்களும் கண்டுபிடித்தோம். எல்லோரா சிற்பங்களுக்கும் பல்லவர் சிற்பங்களுக்கும் உள்ள தொடர்பை அறிந்துகொண்டோம். காலை உணவின்போது சாம்பார் தஞ்சாவூர் மராட்டிய மன்னர்கள் காலத்தில் உண்டாக்கப் பட்டதைத் தெரிந்துகொண்டோம். என்ன அதிசயமான ஞாபக சக்தி, சாதுரியப் பேச்சு, அவரை மிகவும் மெச்சினேன்.

காலை உணவே ராஜ போஜனமாக இருந்தது. சர்க்கரைப் பொங்கல். வெண்பொங்கல், இட்லி, வடை, சாம்பார், பணியாரம், ஊத்தப்பம், பூரி கிழங்கு, கூடவே நான்கு விதமான வண்ணச் சட்டினிகள் நாங்கள் எல்லோருமே சாப்பிட முடியாமல் திணறினோம். அய்யா கூட அமர்ந்து பேசிக் கொண்டிருந்தார், ஆனால் எதுவும் சாப்பிடவில்லை. பிறகு மணி சொன்னார் “அய்யா சாப்பாடே வேற. எல்லாம் பிடிக்கும், பார்த்தே என்ன குறைன்னு சொல்லுவாரு. ஆனா தினமும் காலையில பழம், மதியம் மூன்று கவளம் சோறு, இரவு பால் பழம் இவ்வளவுதான்.”

“ஆச்சரியம்தான், இவ்வளவு ரசிகராக இருக்கறவருக்குச் சாப்பாட்டுல பிரியம் இல்லயா?” என்றேன்.

“எல்லாம் நிறைய இருந்தது” மணி ஒரு முறை சுற்றிப் பார்த்து விட்டு, “அவரையே கேளுங்க, காசியில என்ன ஆச்சுன்னுட்டு, இஷ்டம் இருந்தா எப்பவாவது அதப் பத்திப் பேசுவாரு.”

என் மனைவிக்கு ஆர்வம் அதிகமாக இருந்தது. அவள் வற்புறுத்த, மாலை நாங்கள் அவரைத் தனியே பார்த்தோம்.

அவள்தான் ஆரம்பித்தாள். “காசி போய் வந்திங்களாமே, அங்க ஏதோ அனுபவம்னு கேள்விப்பட்டோம்.”

“யாரு இந்த மணிப்பயல் வேலையா? நான் ஒண்ணும் சொல்றதுக்கில்ல.”

“இல்ல, நாங்க எல்லாம் நாக்க கட்டுப்படுத்த முடியாம மூணு வேள இல்ல, நாலு வேள வயிறு முட்ட சாப்பிடறோம். அதெப்படி உங்களால தினமும் இத்தன வகை இருந்தாலும்கூட சாப்பிடாம இருக்க முடியுது?”

ஒரு கணம் எங்களை உற்றுப் பார்த்தார்.

“அது ஒரு பெரிய கதை.”

தோட்டத்துக்கு நடக்க ஆரம்பித்தார். நாங்களும் பின்தொடர்ந் தோம். பெரிய செண்பக மரத்தடியில் இருந்த கல் பெஞ்சுகளில் அமர்ந்தோம். அபூர்வமான மணம் அவருடைய பழைய

நினைவுகளைக் கிளறி இருக்க வேண்டும்.

“ஹனுமான் கட்டத்துல நம்ம சத்திரம் இருக்கு. நம்ம ஊருலேர்ந்து போகிறவங்க தினமும் வடை பாயசத்தோட ஒரு வேளைக்கு ஆயிரம் பேராவது சாப்பிடுவாங்க. அதே மாதிரி ராமேசுவரத்துல வட நாட்டுலேர்ந்து எத்தன ஆயிரம் வருவாங்க, அவங்களுக்கெல்லாம் சுடச்சுட ரொட்டி தால் சப்ஜின்னு நாள் முழுக்க.”

“அட, ஒரு நாளைக்கு ஆயிரம் பேருக்கா? என்னதான் இருந்தாலும் செய்ய மனசு வரணுமே, அது சரி அதுக்கும் நீங்க வெறும் பழம் சாப்பிடறதுக்கும் என்ன சம்பந்தம்?”

“அது ஒரு பெரிய கதை, உங்களுக்குத் தெரியவேண்டிய அவசியம் இல்லையே” இருந்தாலும், மறுபடியும் கேட்டால் சொல்லுவார் போல இருந்தது.

“வழக்கமாக எல்லோரும் காசியில் ஏதாவது ஒரு காய், பழத்தை விட்டு விடுவார்கள் என்று கேள்விப்பட்டிருக்கிறோம். அதுவும் கூட பலர் சாமர்த்தியமாக பாகற்காய் மாதிரி பிடிக்காத காய் சாப்பிடுவதை விட்டு விடுவார்கள். நீங்கள் சாப்பாட்டையே விட்ட மாதிரி இருக்கிறதே?”

அய்யா மேலே மரத்தைப் பார்த்துக்கொண்டிருந்தார். மெல்ல அவரே ஆரம்பித்தார்.

“அப்ப சின்ன வயசு, அப்பா போய் ஒரு வருஷம், திதி காசில செய்யலாம்னு ஒரு ஆசை. அப்பதான் நான் முத முதலா காசிக்குப் போறேன். அப்பப்பா என்ன மாதிரி ஊர் அது- ஊர் முழுக்க கோயில்தான். எங்க பார்த்தாலும் சிவலிங்கம். விசுவநாதருக்கு என் கையால அபிஷேகம், விசாலாட்சி கோயில் நம்ம ஊர் மாதிரி கோபுரம், தங்க அன்ன பூரணி, எத்தனை படித் துறை, அலுக்காம சலிக்காம நாள் முழுக்க ஓடற கங்கைய பார்க்கலாம், சாயங்காலம் ஆரத்தி, பூவும் அகல் விளக்குகளும் தேவலோகம் மாதிரி. எத்தனை மாதிரி ஜனங்கள், எத்தன கடைகள், வண்ண வண்ணப் பட்டுப் புடவை, பித்தளைச் செம்புப் பாத்திரம், விக்கிரகங்கள், பூஜைப்

பொருட்கள், ஸ்வீட் கடை அப்படியே மண் சட்டில பால் ஏடா எடுத்துக் கொடுப்பான், காலையில் பூரி, ஆலு, கச்சோரி, அகலமான வாணலியில ஜிலேபி சுற்றுவான், பாளம் பாளமாக உடைத்து தயிரில் லஸ்ஸி, கடைசியாக பான். ஒரு கடை முழுக்க ஊறுகாய். நம்ம ஊர்ல எலுமிச்சம் பழம் ,மாங்காய்னு ஊறுகாய் பார்த்திருக்கிறோம். இந்தக் கடையில எல்லா காயிலயும் ஊறுகாய் போட்டிருக்கிறான். வெண்டைக்காய், காலிபிளவர், கேரட், சிவப்பாக பெரிய மிளகாய் என்று நவராத்ரி கொலு மாதிரி அடுக்கி வைத்திருக்கிறான்.

அன்றுதான் திதி. விசாலம் காபி கூட இல்லைன்னுட்டா. எனக்கோ பூரியும் கச்சோரியும் ஜிலேபியும் வேணும் போல இருந்தது. கங்கையில குளிச்சுப் ஒரு படகுல புரோகிதர் கூட வர கிளம்பினோம். அங்க அஞ்சு படித்துறையில குளிச்சு போய் பிண்டம் போடணும்னாங்க. படகுலயே ஒருவர் சோறு செஞ்சார். அந்த வாசனை வேற பசியைக் கிளப்பிவிட்டது. மணி கர்ணிகை கட்டம்னு ஞாபகம். எனக்கு பசி மீறிப் போச்சு. அவர் வெள்ளை வெளேர்னு சோற்று உருண்டை எடுத்துக் கொடுக்கறாரு. நாங்க படியில உட்கார்ந்திருக்கிறோம். அங்கதான் ஊர் முழுக்க சாமியார்கள் உண்டே, அந்த மாதிரி ஒருத்தர் கங்கையைப் பார்த்து உட்கார்ந்திருந்தார். அப்படியே என்னப் பார்த்து திடீர்னு இடி மாதிரி சிரிக்கறாரு. எனக்குக் கோவம் வந்திடுச்சு. என்னதான் நெனச்சுட்டிருக்காரு, நாங்க தமிழ்நாட்டுலேர்ந்து இவ்வளவு தூரம் வந்து ஈரத்தோட உட்கார்ந்துகிட்டு பய பக்தியோட கங்கைக் கரையில திதி கொடுத்திட்டிருக்கோம், இந்த அழுக்கு சாமியார் என்னப் பார்த்துச் சிரிக்கறாரு. "அப்பா, மிளகாய் ஊறுகா கூட நல்லா இருக்கும், சாப்பிட்டுப் பாரு" அப்படின்னுட்டு மறுபடி விழுந்து விழுந்து சிரிக்கறாரு. அவரு பேசினது தமிழ் இல்ல, இருந்தா கூட வார்த்தைக்கு வார்த்தை புரியுது. என் முகம் பேயடிச்சது மாதிரி ஆயிருச்சு. எனக்கு அந்தச் சோற்றுல கட்டித் தயிர் கலந்து கடையில பார்த்த மாங்கா ஊறுகாயுடன் சாப்பிடணும்னு புத்தி ஒரு கணம் போயிருந்தது. நான் மனசுல நினைத்துக் கொண்டிருந்தது அவருக்கு எப்படித் தெரிந்தது. நான் எழுந்தேன்,

விசாலம் என்னமோ ஏதோன்னு பயந்துட்டா. நேரே போய் அவர் காலில் விழுந்தேன். "சாமி, தப்பு செஞ்சுட்டேன், மன்னிச்சுடுங்க" கதறினேன். விசாலத்துக்கு ஒண்ணும் புரியல. அவர் சொல்றாரு "நான் யாருப்பா மன்னிக்கறதுக்கு" ரெண்டு கையையும் மேலே விரிச்சாரு "அவன் கிட்ட கேளு, உங்க அப்பா கிட்ட கேளு... எனக்கு என்ன செய்யறதுன்னே புரியல" சாமி, எனக்கு ஏதாவது பரிகாரம் சொல்லுங்களேன், தாங்க முடியல" அப்படின்னேன். அவரு சொன்னாரு "தினம் ஆயிரம் பேருக்கு சாப்பாடு போடு, நீ சாப்பிடாத, அதுதான் உனக்கு விதிச்சிருக்கு" அப்படின்னாரு. அன்னிக்கு விட்டதுதான்."

அய்யா எங்கோ மேலே பார்த்துக்கொண்டிருந்தார்- கண்களில் நீர் - மனசு கங்கைக் கரைக்கு மறுபடியும் போயிருக்க வேண்டும். மறுபடியும் எதுவும் பேசுவார் என்று தோன்றவில்லை. என் மனைவி இரவு வெகு நேரம் வரை திரும்பத்திரும்ப எவ்வளவு பெரிய மனிதர், இந்தக் காலத்தில் இப்படியும் ஒருவரா என்று சொல்லிக்கொண்டிருந்தாள். எனக்கு என்னவோ இவ்வளவு பெரிய ரசிகர், நல்ல சாப்பாடு சாப்பிடக் கொடுத்து வைக்கவில்லையே என்றுதான் தோன்றியது.

மறுநாள் காலை கிளம்புவதாகத் திட்டம். லஞ்சுக்கு மதியம் நேரம் ஆகிவிடும் என்று வயிறு முட்டத் தின்றுவிட்டு, சற்றே குற்ற உணர்வுடன் அய்யாவைப் பார்த்து சொல்லிக் கொள்ளலாம் என்று தேடினோம். மூன்றாம் கட்டில்தான் அவர் வசிக்கும் இடம் என்று மணி சொல்லி இருந்தார். நேராக பின் பக்கம் சென்றோம். எளிமையான இரண்டு அறைகள் மட்டும் உபயோகத்தில் இருந்தன. ஒரு அறைக் கதவு திறந்திருந்தது. 'அய்யா' என்ற குரலுக்குப் பதில் இல்லை. தயங்கி உள்ளே நுழைந்தோம். ஒரு சாதாரண மரக் கட்டில், ஒரு பிரம்பு நாற்காலி, அருகே ஒரு சிறிய மேசையில் புத்தகங்கள், ஒரு டேபிள் ஃபேன் சுற்றிக்கொண்டிருக்க, ஒரு சாய்வு நாற்காலியில் புத்தகத்துடன், மெல்லிய குறட்டை ஒலி, அய்யா உறக்கத்தில் இருந்தார். அவரை எழுப்ப மனமில்லை. முன்னே சென்ற என் மனைவி திடீரென 'அடப் பாவி' என்று கையைக்

காண்பித்து, முகத்தை சுழித்துத் திரும்பினாள். “எல்லாமே பொய்”. அப்போதுதான் கவனித்தேன் அவருக்கு முன்பாக மேசையில் ஒரு தட்டு, பக்கத்தில் ஒரு காலி தம்ளர், தட்டில் நான்கு விதமான சட்டினிகளும் மீதமாகி இருந்தன. எனக்கு அப்படித் தோன்றவில்லை. சட்டென்று மனது நிறைவானது. கைகூப்பி வணங்கி “அய்யா, வருகிறோம்” என்று மெல்லச் சொல்லித் திரும்பினேன். அய்யா குழந்தை மாதிரி நிம்மதியாக உறங்கிக்கொண்டிருந்தார்.

சொல்வனம், நவம்பர் 2015

ஒற்றை சிலம்பு

உமாவுக்கு உருளி என்று ஒரு பாத்திரம் உண்டே அந்த உருளியை வாங்க வேண்டும் என்று வெகு நாட்களாகத் தீராத ஆசை. உருளி பழைய கால மீனாட்சியம்மாள் சமையல் குறிப்புகளில் திரட்டுப்பால் செய்ய "வாயகன்ற உருளியில் எட்டு ஆழாக்குப் பாலை ஊற்றி, சுண்டக் காய்ச்சி, துருப்பிடிக்காத தோசைத்திருப்பி அல்லது தேய்ந்த சாதக் கரண்டியால் விடாமல் கிளறி" என்று வரும். தற்காலத்தில் உருளியில் தண்ணீர் ஊற்றி வண்ணப்பூக்களை அதில் மிதக்க விட்டு அலங்காரமாக வைப்பது வழக்கமாகி இருக்கிறது. உமா அதற்குப் பார்வையாக ஒரு நல்ல உருளி வேண்டும் என்று வெகு நாட்களாகத் தேடிக் கொண்டிருந்தாள்.

அவள் சினேகிதி லீலா அந்த மாதிரி வேலைப்பாடுள்ள நேர்த்தியான உருளி வேண்டுமானால் கேரளத்தில்தான் கிடைக்கும் என்றும், உள்ளூர்க் கடைகளில் கிடைப்பது எல்லாம் சரியான அமைப்பு இல்லை, அப்படி சமச்சீராக இல்லாமல் வார்த்த பாத்திரத்தில் நீர் ஊற்றி வைத்தால் சீன வாஸ்து சாஸ்திரப்படி சொத்து நஷ்டமாகும் என்று கேட்காமலேயே ஆலோசனை கொடுத்தாள். டிசம்பர் கடைசியில்தான் எல்லோருக்கும் லீவு அமைந்து கொச்சினுக்குப் போக முடிந்தது.

ஃபெர்ரியில் ஏறி மட்டாஞ்சேரியில் இறங்கிய உடனேயே நிறைய கடைகள், ஆனால் ஏனோ ஒரு கடை ஈர்த்தது. வாசலில் நின்று வரவேற்றுக்கொண்டிருந்த கடை ஆளும் காரணமாக இருக்க வேண்டும். அப்போதுதான் குளித்துவிட்டு வந்தது போல ஒளி முகம், அதில் நிறைந்த புன்னகை, படிந்து வாரிய ஈரத்தலை, நெற்றியில் விபூதி, கை மடித்து விட்ட வெள்ளைச் சட்டை, அகலக் கரையுடன் வெள்ளை வேட்டி, எழுந்து வந்து வழியை மறித்து அவன் கடையைத் தாண்டிப் போக விடவில்லை.

ஒரு பாரம்பரியமான வீட்டையே கடையாக்கி இருந்தார்கள். வாசலில் திண்ணையிலிருந்து, உள்ளே ரயில் பெட்டிகள் மாதிரி நீளமாக இருந்த பல அறைகள் முழுவதும் பழங்காலப் பொருட்கள்தான். வண்ணக் கண்ணாடி தொங்கும் விளக்குகள், நிலைக் கதவு, பணப் பெட்டி, சிற்பத் தூண்கள், ஊஞ்சல் பலகை, அப்பக் காரை, பித்தளை வெற்றிலைப் பெட்டி, அளக்கும் படி, கிளிக்கூண்டு, நிற்கும் ஆளுயரக் கடியாரம், மரச் சிற்பங்கள், பெரிய மண் ஜாடிகள், சட்டம் போட்ட கட்டில், பித்தளை டெலிஸ்கோப் என்று ஒன்றுக்கு ஒன்று சம்பந்தமில்லாத பொருட்கள் இறைந்து கிடந்தன.

சில பொருட்களுக்கு விலை ஒட்டி இருந்தது. உமாவுக்கு உருளிகளின் விலை அத்துப்படி ஆகி இருந்ததால், முதலில் அவற்றை ஒப்பிட்டுப் பார்த்தாள். திருப்திகரமாக இருந்தது. மிக அதிகம் இல்லை. அவற்றில் ஒன்றை எடுத்து நல்ல வெளிச்சத்தில் முன்னும் பின்னும் திருப்பிப் பார்த்தாள். லட்சணமாக இருந்தது. ஓரங்கள் எல்லாம் சுத்தமாக இருந்தன. கைப்பிடிகளில் சித்திர வேலைப்பாடு அழகாக இருந்தது. பல நாட்களாகத் தேடிக்கொண்டிருந்தது இவ்வளவு சீக்கிரம், திருப்தியாக, அதுவும் நல்ல விலையில் கிடைக்கும் என்று எதிர்பார்க்கவில்லை. மகிழ்ச்சியினால் கண்கள் விரிந்து, குரல் சற்று மிகுந்தது, உடலில் ஒரு விசை ஏறியது. கடை ஆள், நுட்பமாக அதைக் கவனித்திருக்க வேண்டும். வேறு சில பொருட்களைக் காட்ட ஆரம்பித்தான். "இதோ பாருங்கள், உருளி வைக்கும் இடத்துக்கு மேலே தொங்க விட சர விளக்கு" உமாவுக்கு அதில் அவ்வளவு இஷ்டமில்லை. அவள் பார்வை

சுற்றிலும் அலைந்தபோது ஒரு கணம் அந்தப் பெரிய பெட்டியின் மேல் நிலைத்தது.

பித்தளைப் பூண் போட்டு, கரும் பழுப்பு நிறத்தில் எண்ணெய் தேய்த்தது மாதிரி மினுக்கியது. உடனே அவன் ஆரம்பித்து விட்டான். இப்போதெல்லாம் இந்த மாதிரி பெட்டி மிகவும் போகிறதாம். வீட்டில் ஹாலில் வைத்து அதன் மேல் சின்ன பித்தளைப் பொருட்களை வைக்கிறார்களாம். உடனேயே சில பொருட்களை வைத்து அலங்காரம் செய்து காட்டினான். ஒரு கஜ லக்ஷ்மி விளக்கு, தூபக்கால், ஒரு பாக்கு வெட்டி, ஒரு பித்தளைக் கரண்டி நடுவில் ஒரு இடம் காலியாக இருந்தது. அவன் சுற்றிலும் தேடி ஒரு வட்டமான பெரிய வளை போல ஒன்றைக் கொண்டு வைத்தான். வரி வரியாக மணிகளுடன் வேலைப்பாடுடன் அதுவும் நடுவில் பொருத்தமாக இருந்தது. இப்படியாக அந்த பெட்டி மிக அழகாக அமைந்தது. உமாவுக்கு மகிழ்ச்சி தாங்கவில்லை. அதிகம் பேரம் இல்லாமல் எல்லாவற்றையும் எடுத்துக்கொண்டு விட்டாள்.

உமா வீட்டுக்கு வந்தவுடன் முதல் வேலை உருளிக்கு நல்ல இடம் பார்த்து வைத்தாள். உள்ளே நுழைந்தவுடன் பார்வையான இடம். அதில் மலர்கள், நடுவில் வெள்ளி தீபம் மிதக்க, வீடே மங்களமாக இருந்தது. பெட்டிக்குத்தான் சரியான இடம் கிடைக்கவில்லை. டெலிவிஷன், கண்ணாடி ஷோ கேஸ், டெலிபோன், பத்திரிகை வைக்கும் ஸ்டாண்டு என்று ஏற்கெனவே ஹால் அடைசலாக இருந்தது. ஒரு வேளை பெட்டியை அவசரப்பட்டு வாங்கி விட்டோமோ என்று தோன்றியது. கடைசியாக புத்தக அலமாரியை வேறு அறைக்கு மாற்றி, ஹாலிலேயே இடம் அமைந்தது. எல்லாம் சேர்ந்து வீடு பொலிவாக இருப்பதாக உமாவுக்குத் தோன்றியது. தானே வேறு வேறு கோணங்களில் நின்று, அமர்ந்து பார்த்து மகிழ்ந்துபோனாள். அடுத்தது யாரிடமாவது காட்டாவிட்டால் மகிழ்ச்சி பூர்த்தி ஆகாது என்று தோன்றியது.

முதலில் பக்கத்து வீட்டு லக்ஷ்மி வந்திருந்தாள், முகத்தில் பவுடர் வியர்க்க, எங்கோ போகும் அவசரத்தில். சாவியைக் கொடுத்து விட்டு உள்ளே வராமலேயே போய்விடுவாளோ

என்று உமாவுக்கு ஒரு சிறு கலக்கம். வந்தவள் வாசலிலேயே உருளியையும் பெட்டியையும் பார்த்து ஒரு கணம் நின்று விட்டாள். “அட, எப்ப வாங்கின இதெல்லாம்?” என்று கேட்ட உடனேயே, உமாவுக்கு மகிழ்ச்சியாக இருந்தது. ஆனாலும் போகிற போக்கில் லக்ஷ்மி “இங்க இருக்கற நிலமைல உருளிய தேய்க்கறதுக்கு முடியுமா, வேலைக்கு ஆளே சரியாக இல்லை, நம்மால முடியாதுப்பா” என்றாள்.

முதலில் அவள் பொறாமையால் சொல்கிறாள் என்று தோன்றினாலும் சரிதான் என்று தோன்றியது. செல்வி தினமும் வருவதே லேட், அவள் கணவன் வேலுச்சாமி வேலை எதுவும் இல்லாமல் தினமும் குடித்துவிட்டு அவர்கள் இருந்த பேட்டையில் ரௌடியாகத் திரிந்துகொண்டு இருந்தான். ஏதாவது காரணம் சொல்லி பாதி நாள் வரமாட்டாள். உமாவுக்கு அவளுடன் அதிக நாட்கள் சமாளிக்க முடியும் என்று தோன்றவில்லை. ஆனாலும் பல வருடங்களாகப் பழகினவள், வேலை சுத்தம் என்று வேறு ஆள் பார்க்க இஷ்டம் இல்லை.

புதிய பொருட்களை மற்ற எல்லோருக்கும் காண்பிக்கலாம் என்று யோசித்து, வெள்ளிக்கிழமை அன்று நிறையப் பேரை ஏதோ பூஜை என்று அழைத்தாள். லீலா உருளியைப் பார்த்து அதுவும் கேரளத்தில் வாங்கியதை உறுதி செய்து கொண்டு, நல்ல லட்சணமாக இருப்பதாகச் சொன்னாள். அடுத்தது பெட்டியின் மேல் இருந்த பொருட்களைப் பார்த்துக் கொண்டு வந்தவள், அந்த வளையைப்பார்த்ததும் ஒருமாதிரி நெற்றியைச் சுருக்கினாள்.

“இது என்ன தெரியுமா?” என்றாள்.

“ஏன், இது ஏதோ வளை போல வேலைப்பாடாக இருக்குன்னு வாங்கி வந்தேன்.”

“இதெல்லாம் வீட்டில் வைக்க மாட்டார்கள். இது ‘செலம்பு’ன்னு சொல்லுவோம், வெளிச்சப்பாடு கையில வெச்சுட்டு ஆடறது” என்றாள். ‘செலம்பு’ என்றபோது ச்செலம்பு என்று அழுத்தியபடி. உமா சரி இது தமிழில் சிலம்புன்னு சொல்வோமே அந்த மாதிரி என்று புரிந்து கொண்டாள். ஆனால் ஏன் சிலம்பை

வீட்டில் வைத்துக் கொள்ளக்கூடாது என்று கேட்டாள். ஒரு வேளை ஒற்றை சிலம்பினால் கண்ணகி கதை மாதிரி ஏதாவது இருக்குமோ என்று நினைத்தாள். லீலா விவரமாக ஆரம்பித்தாள். வெளிச்சப்பாடு என்பவன் பகவதி கோயில்களில் சாமியாடி மாதிரியாம். சிவப்பு ஆடை அணிந்து ஒரு கையில் மணி கட்டிய வாளும் இன்னொரு கையில் சிலம்பும் ஏந்தி விரிந்த கூந்தலுடன் தாளத்துக்கு இசைந்து ஆடுவானாம். ஆட்டம் அதிகமாகி வெறிகொண்டு, வாளால் அவன் தன் தலையிலேயே ரத்தம் வரும்படி காயப்படுத்திக்கொண்டு ஆடுவானாம். ஆடும்போது அவன் பேசுவது பகவதி வாக்காம். இந்தக் காலத்திலெல்லாம் பகவதி கோயில்களில் திருவிழா முன் போல நடப்பதில்லையாம், பல வெளிச்சப்பாடு ஆட்கள் அதிக வருமானமில்லாமல் அந்தத் தொழிலையே விட்டு விட்டார்களாம். அவள் கடைசியாக அருகில் போய் தொடாமல் உற்றுப் பார்த்து, “இதோ பார் இதெல்லாம் ரத்தக் கறை, எந்த வெளிச்சப்பாடு சோற்றுக்கு வழி இல்லாமல் இதை விற்றானோ, இதெல்லாம் வீட்டில் வேண்டாம்” என்று அடித்துச் சொல்லி விட்டாள். உமாவுக்கு லீலா வழக்கம் போல ஏதோ கதை விடுகிறாள் என்றுதான் நினக்கத் தோன்றியது. அவள் அடிக்கடி யக்ஷிகள், மோகினி, குட்டிச் சாத்தன் என்று நேரில் பார்த்துப் பழகின மாதிரி பேசுவாள்.

உமா அன்று மாலையே ரமேஷிடம் அவன் அலுவலகத்திலிருந்து வந்தவுடன் சொன்னாள், அவன் மொபைலில் ஏதோ பார்த்துக் கொண்டே அரை குறையாகக் கேட்டு, இதெல்லாம் என்ன பழங்காலம் மாதிரி கதை என்றான். உமாவும் அதிகம் கவலைப் படவில்லை.

முதல் சம்பவம் அடுத்த வெள்ளிக்கிழமை காலை நடந்தது. படுக்கையிலிருந்து எழுந்ததிலிருந்தே சின்னப் பெண் சண்டி. வென்னீர் சூடு பற்றவில்லை என்று அழுகைக் குளியலுக்குப் பிறகு, ஸ்கூல் சீருடைக்குள் திணித்து, தலையை வாரி, பொட்டு வைத்து அவளைத் தூக்கி பெரிய கண்ணாடியில் காண்பித்து, “அழாத கண்ணு, இதோ பார், சின்னு எவ்வளவு அழகு தெரியுமா?”

சொல்லி முடிப்பதற்குள், பார்த்துக்கொண்டிருக்கும்போதே கண்ணாடி திடீரென்று ஒரு ஓரத்திலிருந்து ஆரம்பித்து பெரிய விரிசல் விட்டு உடைந்து போனது. பயந்து போய் சின்னுவை இறக்கி விட்டு சுற்று முற்றும் பார்த்தாள், ஜன்னலுக்கு வெளியே பார்த்தாள், கல் எதுவும் விழவில்லை. ரமேஷ் குளித்துக் கொண்டிருந்தான். உமாவுக்கு அதிர்ச்சியில் வியர்த்து விட்டது. அவசரமாக சின்னுவை கொண்டு போய் ஸ்கூல் பஸ் ஸ்டாப்பில் விட்டு விட்டு, வீட்டுக்கு வந்து அவளுடைய அம்மாவுக்கு போன் செய்தாள். அம்மா சந்தேகமில்லாமல் சொல்லிவிட்டாள் கண்ணாடி ஒரு மங்கலப் பொருள், வெள்ளிக்கிழமை அதுவும் தை வெள்ளிக்கிழமையில் உடைவது நல்லது இல்லை. ரமேஷ் குளித்து வந்தவுடன், அவனைத் தலை துடைக்கக்கூட விடவில்லை.

“ரமேஷ், இந்தக் கண்ணாடியப் பாருங்க, இப்ப நான் சின்னுவ ட்ரெஸ் பண்ணிட்டு அவளுக்குக் காமிச்சிட்டிருந்தேனா, பார்க்கும்போதே விரிசல் விட்டு உடைஞ்சிடுச்சு.”

அவன் கண்ணாடி அருகே போய் ஆராய்ந்தான். விரிசல் ஆரம்பித்த இடம் கண்ணாடியைப் பொருத்தி இருந்த ஒரு ஸ்க்ரூவில்.

“இதோ பார் இந்த ஸ்க்ரூவை அதிகமாக அழுத்தி இருக்கிறது. இப்படித்தான் சமமா அழுத்தம் இல்லா விட்டால் ஒரு பக்கம் உடையும்.”

“இது நம்ம வீட்டில மூணு வருஷமா இருக்கு, எப்பவோ ஆகி இருக்கணுமே.”

உமாவுக்கு ஒருவேளை அந்தச் சிலம்பால் இருக்குமோ என்ற சந்தேகம் வந்துவிட்டது. அடுத்த சம்பவம் ரமேஷின் பிறந்த நாள் அன்று நடந்தது. அவனுடைய அம்மாவும் அப்பாவும் முதல் நாளே வந்து விட்டார்கள், ரமேஷின் அண்ணா வீட்டிலிருந்து. காலையிலேயே எல்லோரும் குளித்து கோயிலுக்குப் போக வேண்டும் என்பதால் சீக்கிரமே எழுப்பி வரிசையாகக் குளிக்க அனுப்பி, கடைசியாக மாமியாரை அனுப்பினாள்.

அரை மணிக்கும் மேல் ஆயிற்றே என்று பாத்ரூம் கதவைத் தட்டினால் பதிலே இல்லை. கூர்ந்து கேட்டால் முனகும் சத்தம் கேட்டது. கதவை பலமாகத் தள்ளி, தாழ்ப்பாள் உடைந்து திறந்தால், ரமேஷின் அம்மா அலங்கோலமாகத் தரையில். கைகொடுத்தால் கூட எழுந்திருக்க முடியவில்லை. இரண்டு பேராகச் சேர்ந்து தூக்கி வந்து படுக்க வைத்து, டாக்டரை வரவழைத்து, அவர் ஃப்ராக்சர் இருக்குமா என்று பார்க்க எக்ஸ்-ரே எடுக்க ஆம்புலன்ஸ் வரவழைத்து, மாடிப் படிகளில் ஸ்ட்ரெச்சரைத் தூக்கி, கடைசியில் நல்ல வேளையாக மிக லேசான விரிசல்தான் எலும்பு உடையவில்லை, இரண்டு மாதம் ஓய்வில் இருந்தால் சரியாகிவிடும் என்று முடிந்தபோதுதான் நிம்மதி ஆனது. ஆனாலும் ஒரு வாரத்துக்குள்ளேயே எல்லோரும் படாத பாடு பட்டார்கள்.

செல்வி வழக்கம் போல, பாதி நாட்கள் வரவில்லை. வேலுச்சாமி கார்ப்பரேஷன் தேர்தலுக்கு நிற்கப்போகிறானாம். அவளுடைய வீட்டிலேயே நிறைய வேலையாம். வேலைக்காரி சௌகரியம் இல்லாததால், உமா கஷ்டப்படுவதைப் பார்த்து, அவர்கள் ஒரு ஆம்புலன்ஸ் வைத்துக் கொண்டு ரமேஷின் அண்ணா வீட்டுக்குத் திரும்பப் போய்விட்டார்கள். பேச்சுவாக்கில் லீலாவிடம் இதெல்லாம் விவரித்த போது அவள் சொன்னாள் “நான் சொல்றேன்னு தப்பா நினச்சுக்காத, எனக்கென்னமோ எல்லாமெ அந்தச் செலம்பாலதான்னு தோணுது, வீட்டில வயசானவங்கள ரெண்டு நாள் கூட தங்கவிடல பாரு, இங்க அய்யப்பன் கோவில்ல தந்த்ரி இருக்கார், அவர் சோழி உருட்டிப் பார்த்துச் சொல்லிடுவார், இப்படியே விட்டா உங்க வீடு மட்டும் இல்ல நம்ம அபார்ட்மென்ட்டுக்கே ஏதாவது வரும்’ என்றாள். உமாவுக்கு பயமாக இருந்தது. ரமேஷிடம் சொன்னபோது அவன் சோழி விவகாரத்துக்கு ஒத்துக்கொள்ளவில்லை.

மூன்றாவது சம்பவம் விரைவில் வந்தது. அதுவும் லீலா சொன்னபடியே. ஒரு நாள் பைப்பில் தண்ணீரில் ஏதோ கெட்ட வாடை லேசாக ஆரம்பித்தது. முதலில் வழக்கம் போல ஒரு நாள் தண்ணீர் வராமல் இருந்து, பைப் எல்லாம் காலி ஆகி மறுநாள் வரும்போது, அழுக்கு, இரும்புத் துரு

எல்லாம் சேர்ந்து வாடை வருவதுண்டு. அந்த மாதிரிதான் ஏதோ என்று நினைத்தாள். மறுநாள் அதிகமாகப் போகவே, உமா மேலே மொட்டை மாடிக்குப் போய் ஓவர் ஹெட் டாங்கைப் பார்க்கப் போனாள். டாங்கின் மூடி வைக்கும் ஸ்லாப் திறந்து கிடந்தது. உள்ளே எட்டிப் பார்த்தால் ஏதோ கறுப்பாக மிதந்து கொண்டிருந்தது, கீழே போய் டார்ச் கொண்டு வந்து வெளிச்சம் போட்டுப் பார்த்தால் ஒரு காக்கை. லீலா பார்த்த உடனேயே சொன்னாள், “அதுவும் பார் அண்டங்காக்கா, கழுத்து முழுக்க கறுப்பா இருக்கு, நான் முதல்லயே சொன்னேனில்ல, இதுக்கு எங்க ஊரில என்ன சொல்வோம் தெரியுமா,” அதற்கு மேல் கேட்கவில்லை உமாவுக்கு கிலியாகி விட்டது.

வீட்டுக்கு வந்ததும் உமாவுக்கு அந்தச் சிலம்பைத் தொலைத்து விட வேண்டும் என்று தோன்றியது. தொடாமல், ஒரு குச்சியால் அதை எடுத்து ஒரு ப்ளாஸ்டிக் கவரில் போட்டாள். அப்படியே பால்கனியிலிருந்து தூக்கி எறியலாமா என்று தோன்றியது. அது திரும்ப காம்பவுண்டுக்குள்தான் விழும். கீழே கையில் எடுத்துச் செல்ல பயமாக இருந்தது. குளியல் அறை பக்கத்தில் தூக்கி எறிய வைத்திருந்த பிற சாமான்களுடன் வைத்து விட்டு நன்றாக சோப்புப்போட்டு கை கழுவினாள். இத்தனை நாள் வீட்டில் இருந்தது, இன்னும் ஒரு இரவில் ஒன்றும் ஆகக்கூடாது என்று நினைத்தாள். காலையில் செல்வி எடுத்து கீழே மற்ற குப்பைகளுடன் போட்டுவிடுவாள், வாரத்துக்கு ஒரு தடவை வரும் கார்ப்பரேஷன் லாரியில் எங்காவது போய்த் தொலைந்து விடும்.

அடுத்த நாள் செல்வி நேரத்துக்கு வந்து விட்டாள். வேலுச்சாமி இப்போது கார்ப்பரேஷன் தேர்தலில் மூழ்கி இருப்பதால் குடி எல்லாம் குறைந்திருக்கிறதாம். அவளிடம் மறக்காமல் அந்த ப்ளாஸ்டிக் கவரை குப்பையில் போடச் சொன்னாள். அதற்கு அடுத்த நாள் செல்வி வரவில்லை. நாலு தடவை ஃபோன் செய்த பிறகு எடுத்தாள். அவள் வேலுச்சாமி தேர்தலுக்கு நிறைய உதவி செய்கிறாளாம். அடுத்த வாரம் வருவதாகச் சொன்னாள்.

நடுவில் சின்னு ஸ்கூலில் ஆன்யுவல் டே போட்டிகள் என்று பிஸியாகி விட்டாள். சின்னுவுக்கு பாட்டுப் போட்டி, க்விஸ் இரண்டுக்கும் தயார் செய்வதற்கே நேரம் சரியாக இருந்தது. என்னதான் வீட்டில் பாடினாலும், கேள்விக்கு பதில் சொன்னாலும், சின்னு ஸ்கூலில் சொதப்பிவிடுவாள். சாயங்காலம் அவளை தினமும் உட்கார்ந்து பாட வைத்து, வாங்கி வந்திருந்த புத்தகத்திலிருந்து கேள்வி கேட்டு நடுவில் சிலம்பு விவகாரம் நினைவில் இல்லை. இந்தத் தடவை சின்னுவுக்கு இரண்டு போட்டிகளிலும் பரிசு.

ஞாயிற்றுக்கிழமை நிதானமாக எல்லோரும் அமர்ந்திருந்தபோது ரமேஷிடம் விவரமாகச் சொன்னாள்- குப்பையில் எறிய வைத்தது வரை. “ஒரு வழியா அந்தச் சிலம்பு தொலஞ்சுது, இனிமேலாவது வீட்டில கெட்டது எதுவும் நடக்காது, லீலா சொன்னபடி முதல்லயே தூக்கி எறிஞ்சிருக்கலாம், இப்ப பாருங்க நம்ம சின்னு பரிசு வாங்கி இருக்கா, இனிமே எல்லாம் நல்லதுதான் நடக்கும்.”

“அதெல்லாம் மடத்தனம், ஏதோ ஒரு பழைய மெட்டல் துண்டுக்கும், வெயில்ல கண்ணாடி உடையறது, ஈரத்தரையில அம்மா வழுக்கி விழுந்தது, திறந்து வெச்ச தொட்டித் தண்ணீரில காக்கா செத்ததுன்னு என்ன தொடர்பு? இப்ப பரிசு வாங்கினா அதுவும் அந்தச் சிலம்பு போனதுனாலயா? ஆபீஸில ரீஜனல் மேனேஜர் பொஸிஷனுக்கு என்னத்தான் ரெகமண்ட் பண்ணி இருக்கேன்னு எம் டி நேத்துச் சொன்னாரு, அதுவும் சிலம்பு போனதாலயா?” என்றான். “ஆமாம்” என்றாள் உமா திடமாக, ஒரு வாரமாக அவளுக்கு முதுகு வலி கூட காணாமல் போயிருந்தது.

ரமேஷ் அப்போதுதான் நினைவுக்கு வந்தவனாக, “அன்னிக்கு நீ கிளம்பிப் போன பிறகு செல்வி எதையோ காட்டி அம்மா தூக்கி எறிய வெச்சுருக்காங்க போல, நான் எடுத்துக்கறேன் அப்படின்னு சொன்னா, அவசரத்துல நான் என்னன்னு கூட பார்க்கல. இப்ப நீ சொல்லறத கேட்டா அந்தச் சிலம்புதான்னு தோணுது” என்றான். செல்வி அப்படித்தான். கெட்டுப்போன

ட்யூப் லைட், கார் பேட்டரி என்று தூக்கி எறிய வைத்திருக்கும் பொருட்களை எடுத்துக் கொள்வாள். உமாவுக்கு பயம் படர்ந்தது, பாவம் செல்வி அவளுக்கு ஏதாவது ஆகாமல் இருக்க வேண்டுமே என்று பிள்ளையாருக்குத் தேங்காய் உடைப்பதாக வேண்டிக் கொண்டாள்.

உடனே செல்விக்கு போன் செய்தாள். வழக்கம் போல அவள் எடுக்கவில்லை. விவரம் எதுவும் சொல்லி அனுப்பாமல் போனையும் எடுக்காமல் இந்த மாதிரி ஒரு வாரம் வராமல் இருந்ததில்லையே என்று கவலை அதிகமானது. ஒரு ஆட்டோ பிடித்துக்கொண்டு நேராக அவள் இருக்கும் தெருவுக்குப் போனாள். பஸ் ஸ்டாண்டுக்குப் பின்புறம் ஒரு சந்து. பெட்டிக் கடையில் விசாரித்து வீட்டைக் கண்டுபிடித்துப் போனால், வீடு பூட்டி இருந்தது. பக்கத்து வீட்டில் இருந்து ஒரு சின்னப் பெண் ஒழுகும் மூக்குடன், வாயில் விரலுடன் எட்டிப் பார்த்து அம்மாவை அழைத்தது.

“என்னம்மா நீங்க என்ன தினமலரா, முந்தா நாள்தான் தந்திலேர்ந்து வந்தாங்க” என்றாள். உமாவுக்கு எதுவும் புரியவில்லை, கலக்கம் அதிகரித்தது, தினப் பத்திரிகைகளில் வரும் அளவுக்கு ஏதாவது விபரீதமாக ஆகிவிட்டதா, “இல்ல, செல்வி எங்க வீட்டில வேல செஞ்சுட்டிருந்தா, ஒரு வாரமா வரலயேன்னு பார்க்க வந்தேன், என்ன ஆச்சு அவளுக்கு?”

“சொல்லல போல, அவ இனிமே வேலைக்கு வர மாட்டாளுங்க” உமா கர்சிப்பை எடுத்து வாயில் வைத்துக் கொண்டாள்.

“ஏன் என்ன ஆச்சு?”

“ஒரே அதிர்ஷ்டம்தான் அவங்களுக்கு, வேலுச்சாமி கார்ப்பரேஷன் எலெக்‌ஷனுல செயிச்சு நம்ம வார்டு கார்ப்பரேடர் ஆயிட்டாருங்க” என்றாள்.

உமாவுக்குப் பெரிய நிம்மதியாக இருந்தது, அவளுக்கு எதுவும் ஆகவில்லை என்பது ஆசுவாசமாக இருந்தது, செல்வி சிலம்பைத் தூக்கி எறிந்திருக்க வேண்டும்,

“செல்வி வந்தா உமான்னு தேடிட்டு வந்தாங்கன்னு சொல்லு” குற்ற உணர்ச்சி கணத்தில் நீங்கியது. திரும்பப் போகும்போதே பஸ் ஸ்டாண்ட் பிள்ளையாருக்குத் தேங்காய் வாங்கி உடைத்தாள். ஒரு வாரம் கழித்து செல்வி வந்தாள், முகம் வாடி சோர்ந்து இருந்தாள். வேலுச்சாமி எலெக்ஷனை எதிர்த்து கோர்ட்டில் கேஸ் போட்டிருக்கிறார்களாம். கள்ள ஓட்டு மற்றும் வன்முறையால்தான் அவன் வெற்றி பெற்றதாக எதிர்க்கட்சி வாதமாம்.

உமாவுக்கு வயிற்றில் கலக்கம், “அந்தச் சிலம்பை நீ ஏன் தூக்கி எறியல? உங்க வீட்டுக்கு எதுக்கு எடுத்துட்டுப் போன?” குரல் குளறியது.

செல்விக்கு அவளது கலக்கம் புரியவில்லை, “எதும்மா, அன்னிக்கு நீங்க, அந்தப் பொட்டி மேல இருந்த சலங்கைய ஒரு கவருல போட்டு வெச்சிருந்தீங்களே, அதுவா?”

“ஆமாம், அதேதான், தூக்கி எறியச் சொன்னா, ஏன் எறியல?” குரல் உயர்ந்தது.

“இல்லம்மா, நான் அத ஊட்டுக்குக் கொண்டு போய், புளி போட்டு தேச்சனா, பளபளன்னு ஆயிடுச்சு. எங்க ஊட்டுக்காரரு, அம்மா ஏதோ தெரியாம தூக்கிப் போட்டிருப்பாங்க, மரியாதயா அவங்க ஊட்டுலயே கொண்டு போய் கொடுத்திடுன்னு திட்டினாரு.”

“அன்னக்கே திரும்ப வந்து வெச்சுட்டேனுங்க” உமா திடுக்கிட்டு கறுப்புப் பெட்டியைப் பார்த்தாள், இடம் காலியாகத்தான் இருந்தது.

“கீழ பொட்டி மேல இருந்தா தூசு படிஞ்சு துடைக்க கஸ்டமா இருக்குதுன்னு, கண்ணாடி அலமாரில வெச்சுட்டேனுங்க.”

உமா திரும்பினாள், அங்கே கண்ணாடி ஷோ கேஸில் நடு நாயகமாக மற்ற அலங்காரப் பொருட்களுடன் அந்த ஒற்றை சிலம்பு வீற்றிருந்தது.

- பதாகை, மார்ச் 2016

மொழி

எனக்கு ஒரு தனித் திறமை. மொழிகளில். சொந்த கிராமம் பாலக்காட்டில். அதனால் மலையாளமும் தமிழும் சரளம். தவிர கற்ற மொழிகள் ஆறு. அப்பாவுக்கு மத்திய அரசாங்க வேலை ஆதலால், இரண்டு வருடங்களுக்கு வேறு ஊருக்கு மாற்றல். டெல்லி, மும்பை என்ற பெரிய ஊர்கள் தவிர, சிலிகுரி, மசீலிப் பட்டணம், பரோடா என்று நாடெங்கிலும் வசித்திருக்கிறேன். படித்துவிட்டு வேலைக்கு வந்து பல வருடங்களாக வசிக்கும் மும்பையில் தாய்மொழி அளவுக்கு மராத்தி. வேலை செய்வது ஜெர்மன் நிறுவனம். அதனால் சரளமாகப் பேசி, எழுதி, கூட்டத்தில் பேசும் அளவுக்கு ஜெர்மன். இதெல்லாம் என்ன, ஸ்ட்ராஸ்போர்கில் ஒரு ப்ராஜெக்டுக்காக ஆறுமாதம் இருந்த போது ஆரம்பித்து, இப்போது தீவிரமான இலக்கியம் படிக்கும் அளவுக்கு ஃப்ரென்ச்.

எல்லா மனிதர்களும், எல்லாப் பொருட்களும் ஒழுங்கில் இயங்கும் நாட்டில் சுத்தமான கண்ணாடி வழியாக வெளியே உறைந்திருக்கும் பனியைப் பார்க்கும்போதே, தானாக மூளையில் ஜெர்மன் ஸ்விட்ச் ஆன் ஆகிவிடும். அப்படி ஒரு பிப்ரவரி ஞாயிற்றுக்கிழமையில், மைனஸ் இருபது டிகிரியில், எத்தனை அடுக்கு ஆடை, கோட், கையுறை, தொப்பி என்று இருந்தாலும்

குளிர் ஊடுருவி உறைக்கும் பனிக்காலத்தில் ஸ்டுட்கார்ட் என்ற தெற்கு ஜெர்மனி நகரில் இறங்கினேன். மத்திய ரயில்வே ஸ்டேஷனில், தரையடி நிலையத்தில் வண்டியைத் தவறவிட்டு, பசியுடன் நொந்துபோய் அடுத்த ரயிலுக்குக் காத்திருந்தபோது சோட்டுவைச் சந்தித்தேன்.

அவ்வளவாகக் கூட்டம் இல்லை, என்னைப் போல வெளியூர் ஆசாமிகள் சிலர் தென்பட்டார்கள். எனக்கு மொழி தவிர, சரித்திரம், மக்களின் கலாச்சாரம், பழக்க வழக்கங்கள், அவர்களுடைய விழாக்கள் என்று எல்லாமே விருப்பமாக தேடி அறிந்துகொள்வேன். அது மட்டும் இல்லை, எந்த வெளி நாட்டுக்குப் போனாலும் உடனே, எங்கே சரவணபவன் என்று தேட மாட்டேன். சைவமாகவே வளர்ந்திருந்தாலும், இப்போது எல்லா உணவு வகைகளையும் விரும்பிச் சாப்பிடுவேன். ஸ்வீடனில் ஏறக்குறைய அழுகிய மீனையும், பாரிசில் தவளைக் கால்களையும், ஜெர்மனியில் பன்றி மாமிச சாஸேஜை உப்பு கூட இல்லாத மசித்த உருளைக் கிழங்குடன் ருசித்துச் சாப்பிட்டிருக்கிறேன்.

வழக்கமாக இந்த ஜெர்மன் பெட்டிக் கடைகளில் ப்ரெட்ஸல் எனப்படும் கோல முடிச்சு மாதிரி ரொட்டி, க்ரொஸோன், ஸாண்ட்விச் ஏதாவது கிடைக்கும். இப்போது எது கிடைத்தாலும் சாப்பிடும் நிலையில் இருந்தேன், ஆனால் பெரும்பாலான ஜெர்மன் மக்கள் ஞாயிற்றுக்கிழமை அதிகம் வெளியே வர மாட்டார்கள். கடைகள் எல்லாம் மூடி இருக்கும், சாலைகள் எல்லாம் வெறிச்சோடிப் போயிருக்கும். ஆனால் ரயில் நிலையங்களில் வயசான ஜெர்மன் தாத்தாக்களையும் பாட்டிகளையும் எந்த நாளிலும் பார்க்கலாம், குழுவாக ஒரே மாதிரி டீ ஷர்ட் ,தொப்பி அணிந்துகொண்டு கிளம்பி விடுவார்கள். சைக்கிள் ஓட்டுவார்கள், மலை ஏறுவார்கள், மீன் பிடிப்பார்கள், வைன் சுவைப்பார்கள். அந்த மாதிரி குழுவில் இல்லாதவர்கள் சிலர் கையில் தள்ளுவண்டி இல்லை எலெக்ட்ரிக் வீல் சேர் ஒன்றை வைத்துக் கொண்டு ஊர் சுற்ற வந்துவிடுவார்கள்.

அன்றைக்கு குழு எதுவும் இல்லை, சில உதிரிக் கிழங்களும், கல்லூரி மாணவிகள் இருவர் பெரிய முதுகுச் சுமையுடன் காத்திருந்தார்கள். பருமனான ஒரு டர்கிஷ் பெண்-தலையில் கட்டிய கறுப்புத் துணி, கைநிறையப் பிதுங்கி வழியும் ப்ளாஸ்டிக் பையுடன் ஆடி அசைந்து நடந்து வந்தாள். சற்று வயதான ஒரு ஜெர்மன் பெண் கைவண்டியில் இரட்டைக் குழந்தைகளுடன், ஒரு அழுக்கு இளைஞன் நாய் கூடவே மூக்கு, காது உதடுகளில் உலோக அணிகளுடன் இளம் பெண், நான் மற்றும் ஒரு சிறுவன் என்று சொல்லக்கூடிய இந்திய இளைஞன்.

அவன் தலை பரட்டை, எலி போல அலையும் கண்கள், நறுக்கிய மீசை, பான் போட்டுச் சிவந்த உதடு, ஒரு காதில் கடுக்கன், நிறம் சொல்ல முடியாத டீஷர்ட், மேலே ஒரு ஸ்வெட்டர், அதற்கும் மேல் ஒரு மலிவான ப்ளாஸ்டிக் ஜெர்கின், பழைய ஜீன்ஸ், என்னைப் பார்த்துப் புன்னகைத்தான். நான் கண்டு கொள்ளவில்லை. என் ப்ளாடினம் ஸ்ட்ராப் வாட்ச்சைப் பார்த்தேன், இன்னும் இந்திய நேரம் காட்டிக்கொண்டிருந்தது. மேலே கடிகாரத்தைப் பார்த்தேன், மணி மதியம் ஒன்று, அடுத்த வண்டி இன்னும் இருபது நிமிடத்தில். ஆனால் அன்றைக்கு தாமதம் என்று ஓடும் எழுத்துகள் அறிவித்தன. எவ்வளவு தாமதம் என்றும் சரியாகக் குறிப்பிடவில்லை. முன்பெல்லாம் ஜெர்மனியில் ரயில்கள் நேரத்துக்கு வந்து போய்க்கொண்டிருந்தன, ஆனால் இப்போது அப்படி சொல்வதற்கில்லை. அவர்கள் இப்போதுதான் இந்த நிகழ் உலகத்துக்கு வந்துகொண்டிருக்கிறார்கள் என்று எனக்குத் தோன்றும். “ச, நான் வரும்போதுதான் இப்படி ஆகும்,” என்று அலுத்துக்கொண்டேன்.

வண்டி தாமதம் என்றதும், பசி இன்னும் உறைத்தது. டாக்ஸி எடுத்துக்கொண்டு நான் போகவேண்டிய ஹோட்டலுக்குப் போகலாம், ஆனால் அது அநியாயத்துக்கு அறுபத்து மூன்று யூரோ ஆகும். அதாவது சுமாராக ஐயாயிரம். பசி வேளையிலும் இந்திய மூளை வேகமாகக் கணக்குப் போடுகிறது. எவ்வளவு நேரம் ஆகுமோ என்று யோசித்தேன். அங்கே ப்ளாட்பாரத்துக்கு நடுவே கண்ணாடிக் கூண்டுக்குள் இருக்கும் பெண்ணிடம்

கேட்கச் சென்றேன். “நல்ல நாள் ஆகட்டும், அடுத்த வண்டி எத்தனை மணிக்கு வரும்? உங்களுக்கு ஏதாவது தகவல் தெரியுமா?” என்று கேட்டேன். எனக்கு இலக்கணச் சுத்தமாக வட ஜெர்மனியில் பேசும் மொழியையும், தெற்கு ஜெர்மனியில் பேசப்படும் ஸ்வாபிஷ் எனப்படும் குழறல் மொழியையும் அவர்களைப் போலவே பேச வரும். அந்தப் பெண் நான் சரியாகப் பேசியதற்கு வேண்டும் என்றே ஆச்சரியம் காட்டாமல் தனக்கு முன் இருந்த கணினியைப் பார்த்து விட்டு, “அதிகம் போனால் இரண்டுக்கு கால் மணி முன்பு வந்து விடும்” என்றார். ஜெர்மன் மொழியில் நேராக ஒன்றே முக்கால் என்று சொல்லாமல், இரண்டுக்குக் கால் குறைவு என்ற வழக்கு உண்டு. அவளுக்கு நன்றியைத் தெரிவித்து அவள் எனக்கு பதில் நன்றி தெரிவித்து நான் திரும்புவதற்குள், அவன் என் பக்கத்தில் இடிக்கிறமாதிரி நின்றிருந்தான். “பையா, காடி கித்னே பஜே கி?” என்ற மாதிரி என்னிடம் ஏதோ கேட்டான். அவன் பேசியது ஹிந்தியில் எந்த ஊரைச் சேர்ந்தது என்று சரியாகப் புலப்படவில்லை. இப்போது பசி வேறு. சற்றுக் கோபம் வந்தது. ஹிந்தி ஸ்விட்ச் ஆன் ஆகியது. “இடிக்கற மாதிரி கிட்ட வரக்கூடாது, சற்றுத் தள்ளி நில்” என்று கடுமையாக சொன்னேன். முகத்தைப் பார்த்துவிட்டு சற்றுப் பின்வாங்கினான். பணிவாக மறுபடியும் “சாப், வண்டி வருமா, எத்தனை மணிக்கு? ஏன் யாருமே பேச மாட்டார்களா? தவிர இங்கே சத்தமே இல்லையே” என்றான். என்றான். கூண்டிற்குள் இருந்த பெண் கணினியைத் தீவிரமாகப் பார்ப்பது போல பாவனை செய்து கொண்டிருந்தாலும், கவனம் இங்கேதான். அவன் உரத்துப் பேசுவது சற்று அவமானமாக இருந்தது.

சற்றுத் தள்ளி வந்தேன். அவன் பெட்டிகளை இழுத்துக் கொண்டு என்னுடனே வந்தான். வீட்டையே காலி செய்து வந்திருப்பான் போல இருந்தது. வண்டிக்குக் காத்திருக்கலாம் என்று தீர்மானித்தேன். எனக்குச் சற்று ஆயாசமாக இருந்தது, விமானத்தில் கொடுத்த தண்ணீர் பாட்டிலை எடுத்து ஒரு வாய் குடித்தேன். அதற்குள் அவன் அருகே வந்து பாட்டிலைப் பிடுங்குவது போல கையை நீட்டினான். நீர் குறைவாகத்தான்

மீதி இருந்தது, வேறு வழி இல்லாமல் கொடுத்தேன். அவன் சிறிது குடித்துவிட்டு நன்றி சொன்னான். “சாப், நான் சோட்டா ராம், சோட்டு என்றே கூப்பிடுங்கள்” என்று உற்சாகமாக ஆரம்பித்தான், “வண்டி எத்தனை மணிக்கு வரும்?” “இன்னும் அரை மணி ஆகலாம்” என்றேன். என்னுடைய ஹிந்தி அவனுக்கு மேலும் உற்சாகத்தைக் கொடுத்தது. அவன் ஒரு துண்டுக் காகிதத்தைப் பையிலிருந்து எடுத்துப் பார்த்துவிட்டு, “நான் கிர்ஷ் ஹைம் போக வேண்டும், நீங்கள் எங்கே?” என்றான். “எந்த கிர்ஷ் ஹைம்?” என்றேன். ஜெர்மனியில் கிர்ஷ் ஹைம் , என்றால் சர்ச் இருக்கும் ஊர், தமிழ்நாட்டில் கோவிலூர் என்பது போல. அந்தப் பெயரில் நூறு ஊர் இருக்கும். அவன் பேப்பரை மறுபடி பார்த்துவிட்டு, தெரியவில்லை என்று உதட்டைப் பிதுக்கினான். அந்தக் காகிதத்தில் ஆங்கிலத்திலும் ஹிந்தியிலும் அதே பெயர் எழுதி இருந்தது. இந்த மாதிரி விவரம் தெரியாத ஆள் எப்படி ஜெர்மனிக்கு, அதுவும் தனியாக வந்திருக்கிறான் என்று ஆச்சரியமாக இருந்தது. அவனே பக்கத்தில் காலியாக இருந்த பெஞ்சைக் காட்டி, “சாப், வாருங்கள், இந்தக் குளிரில் நிற்க வேண்டாம், உட்காரலாம்” என்று இழுத்தான்.

உட்கார்ந்தவுடன், எதிரே சுவரில் இருந்த வரைபடத்தைப் பார்த்துக் கீழ் மூலையில் எஸ் 5 தடத்தில் டீ கிர்ஷ் ஹைம் என்று எழுதி இருந்த ஸ்டேஷன் பெயரைக் காட்டி அதுதான் என்றான். “அது தான் என்று எப்படி உனக்குத் தெரியும் ?” என்றேன். நான் இதுவரை நூறு தடவைக்கு மேல் வந்திருப்பேன், அதனால் பெரும்பாலான ஸ்டேஷன்கள், ரூட், மாற வேண்டிய இடம் எல்லாம் அத்துப்படி. இவனைப் பார்த்தால் முதல் முறை வந்திருப்பவன் என்று சந்தேகம் இல்லாமல் தெரிந்தது.

இந்த மாதிரி மொழி தெரியாத, கலாச்சாரப் பழக்க வழக்கங்கள் தெரியாத ஆசாமிகளை ஏன் அனுப்புகிறார்கள் என்று கோபம் வந்தது. இவர்களால் நமது நாட்டுக்கே கெட்ட பெயர். இவர்களைப் பார்த்துவிட்டு இந்தியர்கள் எல்லோருமே இப்படித்தான் என்று பொதுவாகப் பேசுவார்கள். ஆனாலும் சோட்டுவைப் பார்த்தால் பாவமாக இருந்தது. என்னால் முடிந்த

அளவு அவனுக்கு கலாச்சாரம் பற்றியும் பழக்க வழக்கங்கள் பற்றியும் ஒரு வகுப்பு நடத்தலாம் என்று தோன்றியது.

முதலில் பசிக்கு ஏதாவது கிடைக்குமா என்று கைப் பெட்டியில் துழாவினேன். ஃப்ளைட்டில் கொடுத்த சாக்லெட்டை எடுத்துப் போட்டுக்கொண்டதாக நினைவு. ஒரு பார் கிடைத்தது. அதைப் பாதியாக உடைத்து நீட்டினேன். அவன் மறுத்து விட்டான். அவன் குளித்து, பூஜை முடிக்காமல் டீ கூட குடிக்க மாட்டானாம். சரியான பழங்காலம் என்று நினைத்துக் கொண்டு சாக்லெட் உறையைக் குப்பைத்தொட்டியில், எந்தக் குப்பைத் தொட்டியில் போட வேண்டும் என்று சோட்டுவுக்கு விளக்கி விட்டுப் போட்டேன். ரீ சைகிள் என்பது அவனுக்குக் குழப்பமாக இருந்தது.

அவனுக்கு எந்த ஊர், என்ன வேலையாக வந்திருக்கிறான் என்று விசாரித்தேன். அவனுக்கு பீஹாரில் கயாவுக்குப் பக்கத்தில் கிராமம். சிறுவயதிலிருந்தே சைக்கிளைக் கழட்டிப் போட்டுத் திரும்ப அசெம்பிள் செய்து விடுவானாம், அப்படியே ஸ்கூட்டர், பைக் எல்லாம் தானாகவே ரிப்பேர் செய்ய ஆரம்பித்தானாம். இப்போது டெல்லியில் ஜெர்மன் கார் சர்வீஸ் ஸ்டேஷனில் சேர்ந்திருக்கிறான், அவனை ட்ரெயினிங்குக்கு அனுப்பி இருக்கிறார்களாம். ஜெர்மனியில் விமான நிலையத்திலேயே கார்களைப் பார்த்து அசந்து போய் விட்டானாம், எவ்வளவு விதம், எப்படி ஒழுங்காகச் சாலையில் எல்லோரும் வேகமாக போகிறார்கள், சத்தமே இல்லாமல் இப்படி இருந்தால் நகரம் மாதிரியே இல்லை என்று வாய் ஓயாமல் உரத்துப் பேசினான்.

நான் தவிர்க்க முடியாமல் இருக்க வேண்டிய அரை மணிக்குள் அவனுக்கு ஞானம் அளிப்பது என்று முடிவு செய்தேன். முதலில் “இடிக்கிற மாதிரி யாருக்கும் பக்கத்தில் போய் நிற்கக் கூடாது, ஒவ்வொருவருக்கும் பெர்சனல் ஸ்பேஸ் எனப்படும் கற்பனையான கண்ணாடிக் கூண்டுக்கு வெளியேதான் இருக்க வேண்டும்” என்று ஆரம்பித்தேன். அவன் பிரியமாகப் பேசும் போது தொடாமல் எப்படிப் பேச முடியும் என்று எதிர்க் கேள்வி கேட்டான்.

அடுத்தது நன்றி சொல்வது பற்றி. ஒவ்வொரு சின்ன விஷயத்துக்கும் நன்றி சொல்ல வேண்டும், அதற்கு பதில் நன்றி சொல்ல வேண்டும். ஜெர்மன் மொழியில் டங்க்க ஷோன் என்று நன்றியும், பிட்ட ஷோன் என்று அதற்கு பதில் நன்றியும் சொல்லியே பாதி உரையாடலை முடித்துவிடலாம்.

பசி வேளை, உணவு நினைவு வந்தது. சாப்பிடும்போது வாயை மூடிக்கொண்டு எப்படி மெள்ள வேண்டும் என்று செய்து காண்பித்தேன். அப்படிச் சாப்பிட்டால், வயிறு நிறைந்து திருப்தியாக இருக்குமா என்று கேட்டான்.

தவிர, அங்கே ரயில் நிலையத்தில், வெளியூர் செல்லும் ரயில்களில் என்று எல்லா இடத்திலும் நின்று கொண்டும், உட்கார்ந்தும் நேரம் காலம் இல்லாமல் சாப்பிட்டுக் கொண்டிருப்பார்கள். கூடவே காபி, ஜூஸ், கோக் இல்லை பியர் கூட எப்போதும் குடித்துக் கொண்டிருப்பார்கள். அவர்கள் பக்கத்தில் இருப்பவர்களுக்கு ஏதாவது பகிர்ந்துகொள்ள வேண்டும் என்பது இல்லை. இந்த சோடூ என்னிடம் தண்ணீர் பாட்டிலைப் பறித்தது போல யாரிடமாவது செய்தால் விபரீதம் ஆகும். அதனால், யாராவது சாப்பிடும் போதோ, குடிக்கும் போதோ அவர்கள் முகத்தையே பார்த்துக்கொண்டிருக்கக் கூடாது, ஏதாவது தருவார்கள் என்று எதிர்பார்க்கக்கூடாது என்று விளக்கினேன். மறுபடியும் அவனுக்கு சந்தேகம், “இப்படிப் பகிர்ந்துகொள்ளாமல் சாப்பிட்டால், அவர்களுக்கு ஜீரணம் ஆகுமா?” என்று கேட்டான்.

வண்டி வரப்போகிறது என்று டிஸ்ப்ளே காட்டியது. நான் என்னுடைய பெட்டி, பை சரியாக மூடி இருக்கிறதா என்று பார்த்து எழுந்தேன். சோட்டு “பையா சிறிது தண்ணீர் வேண்டும்” என்று கையை நீட்டினான்.

“இப்போது வண்டி வந்து விடும், ஒரு நிமிடந்தான் நிற்கும், ஏறிய பிறகு தண்ணீர் குடிக்கலாம்” என்றேன். தவிர என்னிடம் இருந்ததே ஒரு மடக்குத் தண்ணீர்தான். சோட்டு ஏமாற்றமாக எழுந்து அவனுடைய பெட்டி பைகளை சேகரிக்க ஆரம்பித்தான். வண்டி ப்ளாட்பாரத்தில் வருவதாக அறிவிப்பு செய்தார்கள்.

குகைக்குள் எதிரொலி மாதிரி பெரிதாக ஒலி வந்தது. நான் எழுந்து பெட்டிகளை இழுத்துக் கொண்டு, சோட்டுவிடம், ப்ளாட்பாரத்துக்கு அருகே போகக்கூடாது என்பதற்காகத் தரையில் போட்டிருந்த மஞ்சள் நிறக் கோட்டைக் காண்பித்து, அதற்குப் பின் நிற்க வேண்டும் என்றேன். அவனும் எழுந்து பெட்டிகளை இழுக்க ஆரம்பித்தான்.

வண்டி வந்து நின்றது. கதவைத் திறக்க பட்டனை அழுத்தினேன்.

"பார்த்து ஏறு" என்று என் பெட்டிகளை ஏற்றிவிட்டுத் திரும்பினேன். சோட்டு இன்னும் நாங்கள் அமர்ந்திருந்த பெஞ்சுக்கு அருகிலேயே வேறு எங்கோ பார்த்தபடி நின்றிருந்தான்.

அவன் பார்த்த திசையில் படிகள் தானாக இறங்கி வரும் எஸ்கலேட்டர். அதில் ஒரு வயதான பாட்டி, பறவை போல கையை விரித்து, தடுமாறியபடி கூவினார். அவருடைய முன் படியில் தள்ளுவண்டி சரிந்து விழுந்துகொண்டிருந்தது. அதைப் பிடிக்க அவர் குனிந்து முயற்சி செய்ய, நிலை தடுமாறினார். அதற்குள் படிகள் முடிந்து இறங்கும் இடம் வந்துவிட்டது, வண்டி அடைத்துக் கொண்டு நின்றுவிட்டது. இன்னும் ஒரு கணம், பாட்டி அதன் மேல் இடித்து, விழுந்து விபத்து ஆகி இருக்கும். சோட்டு தன்னுடைய பெட்டிகளை விட்டு விட்டு ஓடினான்.

நான் " ஏய், வண்டி இப்போது கிளம்பி விடும்" என்று கூவினேன் சோட்டு கேட்டதாகத் தெரியவில்லை. நான் உள்ளே ஏறி விட்டேன், கதவுகள் தானாக மூடிக் கொண்டன, வண்டி கிளம்பவில்லை, இப்போதுகூட சோட்டு ஓடி வந்தால் ஏற முடியும்.

அங்கே சோட்டு அந்த ஜெர்மன் பாட்டியைக் கைத்தாங்கலாகப் பிடித்து, அழைத்து வந்து பெஞ்சில் அமர்த்தினான். பக்கத்தில் அமர்ந்து ஏதோ பேசிக்கொண்டிருந்தான். கிட்டத்தட்ட அவர் மேல் இடிப்பது போல. மூடிய கண்ணாடிக் கதவையும் தாண்டி குரல் கேட்கும் அளவு உரத்து. பாட்டி தண்ணீர் பாட்டில்

எடுத்துக் குடித்தார், சோட்டு தனக்கும் வேண்டும் என்று கையை நீட்டினான். அரை மணி நேரம் நான் அவனுக்குச் சொல்லிக் கொடுத்தது எல்லாம் வீண். சோட்டு எல்லா விதிகளையும் மீறிக்கொண்டிருந்தான்.

அந்தப் பாட்டி முகத்தைப் பார்த்தால், அவனுக்கு நன்றி சொல்வது போல இருந்தது, அவரும் பேசிக்கொண்டிருந்தார். அவன் என்ன மொழியில் பேசுகிறான் என்று ஆச்சரியப் பட்டேன்.

வண்டி கிளம்பி நகர்ந்தது.

சொல்வனம், டிசம்பர் 2019

செந்திலின் சங்கீதம்

வாழ்வின் திருப்புமுனைகள் எதிர்பாராத தருணங்களில் அமையும். செந்திலுக்கு ஒரு டிசம்பர் சனிக்கிழமையன்று, கடல் காற்றுடன் மனோகரமான மாலை நேரத்தில் ஹோட்டல் மாரீசில் அமைந்தது. அம்மாவுக்குத் திடீரென்று அன்று மியூசிக் அகாடமியில் சுதா ரகுநாதன் கச்சேரி கேட்க வேண்டும் என்று ஆசை. சென்ற வாரம்தான், சுதா சூப்பர் சிங்கர் நிகழ்ச்சியில் நடுவராக வந்து, 'சின்னஞ்சிறு கிளியே!' என்று அருமையாகப் பாடிய போது, வந்த எண்ணம். இரவு திரும்பி வர நேரமாகும், என்று துணைக்கு வரச் சொல்லி செந்திலைக் கெஞ்சினாள். கச்சேரியில் மொபைல் போனில் விளையாடலாம், சாட் செய்யலாம் என்ற ஒப்பந்தத்துக்குப் பிறகு சம்மதித்தான். இசை விழாவில் வெளியூர், நாடுகளிலிருந்தெல்லாம் ஆயிரக்கணக்கான ரசிகர்கள் வந்து, காலை நான்கு மணிக்கு டிக்கெட்டுக்கு வரிசையில் நிற்கும் சென்னை மாநகரில், மாலை ஆறு மணிக்குப் போனால், வெளியே ஹாலில் டி.வி டிக்கெட் கூட கிடைக்கவில்லை. டிக்கெட் கிடைக்காத இன்னொருவர் "இங்க தான் பக்கத்துல ஹோட்டல் மாரீசுல இன்னைக்கு ராஜேஷ் வைத்யா வீணை" என்றபோது, சரி பார்க்கலாம் என்று அங்கே சென்றார்கள்.

கூட்டம்தான், இருந்தாலும் இடம் கிடைத்தது. ராஜேஷ் வைத்யா அசத்தலாக வீணை வாசிப்பதை அன்றுதான் முதன்முதலாகக் கவனித்தான். அவர் வாசித்த சங்கீதம், தலைமுடி நெற்றியில் புரள ஒரு பக்கமாக சாய்ந்துகொண்டு ஸ்டைலாக, அவ்வப்போது பெரிய புன்னகை, கைத்தட்டல்களைப் பணிவாகப் பெற்றுக்கொண்டு வாசித்த விதம் எல்லாமே செந்திலுக்கு மிகவும் பிடித்தது. கச்சேரி முடியும் வரை மொபைலை எடுக்கவே இல்லை. அன்றைய நிகழ்ச்சி முடிந்து வீட்டுக்கு வந்தவுடன் அக்கா செல்வியிடம்தான் முதலில் சொன்னான் “அக்கா, எனக்கு வீணை வாசிக்கணும்” செல்வி மூக்கு நுனியில் கண்ணாடியைத் தள்ளிக்கொண்டு, “என்ன, வாசிக்கணும்? போடா, நீ ஒழுங்காப் படிக்கற வழியப் பாரு எப்ப பார்த்தாலும் கம்ப்யூட்டர் கேம், மொபைல் போன், நீ எப்பதான் உருப்படுவயோ?” செந்திலுக்கு அவள் முகம் அப்போது ஆந்தை மாதிரி தோன்றியது. அதுவும் கண்ணாடி அணிந்த ஆந்தை.

செந்தில் காலை எழுந்தவுடன், அம்மா சமையல் அறையில் பாலைக் காய்ச்சிக்கொண்டிருந்தபோது உள்ளே நுழைந்து தண்ணீர் குடித்தபடி முகத்தைப் பார்த்தான்.

“அம்மா நான் ராஜேஷ் வைத்யா மாதிரி வீணை வாசிக்கணும்” என்றான். அம்மா அடுப்பைச் சின்னதாக வைத்துவிட்டு திரும்பிப் பார்த்தாள். செந்திலின் முகம் தீவிரமாக இருந்தது. அவள் வேறு எதுவும் சொல்வதற்குள் “அம்மா, நான் தினமும் ப்ராக்டீஸ் செய்வேன், ப்ராமிஸ்!” அம்மாவின் புன்னகை விரிந்தது.

“இதுவும் ஃபுட்பால், செஸ், கராத்தே மாதிரி ஆரம்பிச்சு ரெண்டு மாசத்துல விட மாட்டயே?”

“இல்லம்மா, நான் ராஜேஷ் வைத்யா மாதிரியே வாசிப்பேன், சூப்பர் சிங்கர்ல என்னை நடு மேடையில வெச்சு, கலர் லைட்டெல்லாம் போட்டு, மேல ஷவர் கொட்டுவாங்க, நீ ஆடியன்ஸ்ல உட்கார்ந்து கண்ண தொடச்சுப்ப,” செந்தில் தரையில் அமர்ந்து, ஒரு பக்கம் தலை சாய்த்துப் புன்னகையுடன்

கண்களை மூடிக்கொண்டு தீவிரமாக வாசிப்பது போலச் செய்தான்.

“செந்தில் கண்ணு, நீ இப்படித் தானாக வந்து சொல்வதே போதும்டா,” என்று கட்டிக்கொண்டாள்.

அம்மா, வெள்ளிக்கிழமை அபிராமி அந்தாதி வகுப்பில், பக்கத்திலேயே வீணை டீச்சர் இருக்கிறார்களா என்று விசாரித்தாள். விஜி “உன் பெண் செல்விக்கா?”என்று கேட்டாள்.

“இல்ல விஜி, செந்திலுக்குத்தான் கத்துக்கணுமாம், யாராவது நல்ல டீச்சர் இருந்தா சொல்லேன்.”

“செந்திலுக்கா, அவனுக்கு எதுக்கு வீணை, இங்க இளங்கோ நகர் மஞ்சுளா ஸ்டோர்ஸ் மாடில பீட்டர்னு ஒருத்தர் கீ போர்டு க்லாஸ் நடத்தறாரு நிறைய பசங்க வருவாங்க, ஒரே மாசத்துல சினிமாப் பாட்டு வாசிக்கறாங்க.”

“ராஜேஷ் வைத்யா மாதிரி வாசிக்கணுமாம், அவனே ஆர்வமா சொல்றான், அதனாலதான்.”

“வீணை எல்லாம் கொஞ்சம் கஷ்டம், நான் கல்யாணத்துக்கு முன்னால ஏழு வருஷம் கத்துண்டேன், அப்புறம் எல்லாம் போச்சு. விடாம டச்ல இருக்கணும். உங்க வீட்டுல க்ளாசிகல் கேட்பீங்களா?”

குரல் சற்று ஏறியது, “அவனே வந்து ஆர்வமா சொல்றான், உனக்கு யாராவது தெரிஞ்சா சொல்லு, இல்லனா விடு.”

விஜி, “இங்க பஸ் ஸ்டாண்டுக்குப் பக்கத்துல மீனாட்சி மாமின்னு இருக்காங்க, வீட்டு வாசல்ல பெரிய வாதா மரம் இருக்குமே அந்த வீடுதான், அவங்களுக்குக் கொஞ்சம் வயசாயிடுச்சு, சின்னப் பசங்களுக்குச் சொல்லித் தருவாங்களான்னு தெரியல, கேட்டுப் பாரு.”

செந்திலுக்கு, அப்பா ஞாயிற்றுக்கிழமை வரும் வரை பொறுமை இல்லை. அம்மாதான் அவனை அழைத்துக் கொண்டு போக வேண்டியதாயிற்று. இரும்பு கேட்டின் கிறீச்சுக்கு வாசல் வெராண்டா பிரம்பு நாற்காலியில், அழுக்கு வேட்டியில்

இருந்தவர் ந்யூஸ் பேப்பருக்குப் பின்னிருந்து எட்டிப் பார்த்தார். வழுக்கைத் தலையும் பெரிய சோடா புட்டி கண்ணாடியுமாக, நெற்றியைச் சுருக்கி கண்களாலேயே "யாரு?" என்றார்.

"இங்க மீனாட்சின்னு வீணை சொல்லித் தராங்களாமே, அவங்களைப் பார்க்கணும்."

"மீனாட்சி, யாரோ வந்திருக்கா பாரு," மறுபடியும் ந்யூஸ் பேப்பரில் மூழ்கினார்.

ஈரக் கையைத் துடைத்துக்கொண்டு மீனாட்சி மாமி வந்தார். சற்று உயரம், நெற்றியில் குங்குமப் பொட்டுடன் பெரிய புன்னகை. அழகாக நரைத்த தலை. முகம் அசையும்போது வைரத் தோடு மின்னியது. காட்டன் சேலை நளினமாக இருந்தது. எல்லாம் விவரமாகக் கேட்டுக்கொண்டார். செந்திலிடமே நேராகப் பேசினார்.

"இதோ பாருப்பா செந்தில், இந்த வாத்யம் அவ்வளவு சுலபமில்ல, சிரத்தையா கத்துக்கணும், தினமும் வாசிக்கணும், நிறையப் பாடுப் படணும். டீவில வாசிக்கற அளவு வர வருஷக் கணக்கா ஆகும், அதுக்குப் பொறுமை வேணும்."

செந்தில் ஒரு பாய் மேல் வைக்கப்பட்டிருந்த வீணையையே பார்த்துக்கொண்டிருந்தான்.

அம்மா, "இல்ல செந்தில் ஒண்ணு முடிவு செய்தா அவ்வளவுதான், முழு கவனமா செய்வான், ரொம்ப ஆசைப்படறான், நீங்கதான் மாட்டேன்னு சொல்லாம ஒத்துக்கணும்."

அதற்குள் செந்தில் வீணையின் அருகே போய், தந்திகளைச் சுண்டினான். அந்த ஓசை அவனை மயக்கியது. தன்னை மறந்து இன்னும் மீட்டினான். மீனாட்சி மாமி ஒரு கணம் தயங்கினார்.

"இவ்வளவு ஆர்வமா குழந்தை கத்துக்க ஆசைப்படும்போது மாட்டேன்னு சொல்ல முடியல" காலண்டரை எடுத்துப் பார்த்துவிட்டு, "வெள்ளிக்கிழமை நல்ல நாள், சாயங்காலம் ஆறு மணிக்கு மேல வாங்க, ஆரம்பிக்கலாம்."

இப்படியாக செந்திலின் சங்கீதப் பாடம் ஆரம்பித்தது. முதல் நாளே அவன் தந்தியை மீட்டி, புள்ளி வைத்த மெட்டுகளில் விரலை சரியாகப் பதித்து சரளி வரிசைக்கு வந்து விட்டான். வீட்டில் வாசிக்க என்று தன்னுடைய வீணைகளில் ஒன்றைக் கொடுத்து அனுப்பினாள். அது என்ன வேகம், விட்ட குறை தொட்ட குறை என்று மீனாட்சி மாமி ஒரே மாதத்தில் சொல்லி விட்டாள்.

முன்பெல்லாம் செந்தில் மாலை வீட்டுக்கு வந்தவுடன் விளையாடப் போய் விடுவான். பிறகு கம்ப்யூட்டரில் கேம், சற்று நேரம் வாட்ஸப், பிறகு இரவுச் சாப்பாடு ஆன பிறகு டிவி பார்த்துக்கொண்டே ஹோம்வொர்க். இப்போது எல்லாம் மாறிவிட்டது. வந்தவுடன் நேரே வீணைதான். செல்வி பொறுக்க முடியாமல் “இது என்ன டொய்ங் டொய்ங்னு எப்ப பாத்தாலும், எனக்குப் படிக்கவே முடியல” என்றாள்.

மாடியில் ஒரு தனி அறை இருந்தது, பழைய சாமான்கள் புத்தகங்கள் எல்லாம் அடைத்து, எப்போதாவது இன்னும் ஏதாவது நிரப்ப மட்டும் திறக்கப்படும். அம்மாதான் அந்த அறையைச் சற்று ஒழித்து, தூசு எல்லாம் தட்டி, வீணை வைத்துக் கொண்டு தரையில் உட்காரும்படி இடம் செய்து கொடுத்தாள். “ஜன்னல் கதவைத் திறந்து வைக்காதே, பூனை உள்ள வந்துரும்” என்ற எச்சரிக்கையுடன்.

செந்தில் மாலை வந்த உடன் மாடிக்குப் போய்விடுவான். குறைந்தது இரண்டு மணி நேரம், அறைக் கதவை மூடிக் கொண்டு வாசிப்பு. ஆரம்பத்தில் செல்வி அவன் என்ன செய்கிறான் என்று அவ்வப்போது வந்து எட்டிப் பார்த்தாள். பிறகு அவளுக்கும் சலித்துப் போய்விட்டது. நடுவில் அம்மா மீனாட்சி மாமியை ஒரு முறை கோவிலில் பார்த்தாள், தானே விரைந்து வந்து, “என்ன உங்க பையன் அசுர சாதகம், விறுவிறுன்னு மேல போயிட்டிருக்கான், நீங்க அவன் வாசிச்சுக் கேட்டீங்களா?”

“நீங்க நல்லா சொல்லிக் குடுக்கறீங்கன்னு தினமும் சொல்லுவான், நாளைக்கே கேட்கறேன்.”

மூன்றே மாதத்தில் செந்தில் ஆரம்பப் பாட வரிசைகளை முடித்து விட்டான். மீனாட்சி மாமி ஒரு நல்ல நாளில் "ஸ்ரீ கண நாத" என்று முதல் கீதம் ஆரம்பித்தார். விரைவில் செந்தில் மோஹன ராகத்தில் அமைந்த "வர வீணா"வுக்கு வந்து விட்டான். அதுவரை ஒரே ராகத்தில் வாசித்து வந்து விட்டு, இந்த கீதம் மாறுதலாக, மிக அழகாகத் தோன்றியது. தொடக்கத்தில் எளிதாக இருந்தது. ஆனால் ஒரு வரியில் தாவுவது போல மேலே போகும் இடம் வரவில்லை. பல முறை முயன்ற பிறகும் கைதடுக்கியது. ஆரம்பித்ததிலிருந்து ஒரு நாள் கூட இந்த மாதிரி ஆனதில்லை. செந்திலுக்குப் கோபம் வந்தது. மீனாட்சி மாமிதான், "நான் முதல்லயே சொன்னேனே, பொறுமை வேணும், வீட்டுக்குப் போய் நூறுதரம் வாசி, தானாக வரும்," என்றார்.

செந்தில் "நூறுதரமா?"என்றான் ஆச்சரியமாக, "ஆமாம், பத்து தரம் வாசிச்சா சரியா வர மாதிரி இருக்கும். அடுத்த நாள் தடுக்கும். தப்பே வரக்கூடாதுன்னா அதுக்கு நூறுதரம் வாசிக்கணும்," என்று சாதாரணமாகச் சொன்னார். வீட்டுக்கு வந்ததும் மாடிக்குப் போய் வாசிக்க ஆரம்பித்தான். ஆரம்பத்தில் அந்த இடம் தடுக்கியது. போகப் போக சரியாக வந்த மாதிரி இருந்தது. ஆனாலும், அவனுடைய குரு வாசிப்பது மாதிரி வரவில்லை. அன்று இரவு சாப்பாட்டுக்குப் பிறகு டிவிக்குப் போகவில்லை, தொடர்ந்தான். "வர வீணா ம்ருது பாணி' மறுபடி மறுபடி அந்த எட்டு வரிகளை வாசித்துக் கொண்டே இருந்தான். கை விரல்களில் தந்தி அழுத்திக் கோடு விழுந்தது. எத்தனை நேரம் போனதோ, அம்மா வந்து கதவைத் தட்டி, "என்னடா ஹோம்வொர்க் செய்யல, இதையே வெச்சுட்டு உட்கார்ந்துட்ட? தூங்கப் போகல?"

"இல்லம்மா, தப்பு இல்லாம வாசிக்கணும்னா நூறுதரம் வாசிக்கணும்னு சொன்னாங்க, நான் இன்னும் ஒரு அரை மணி நேரம் வாசிச்சுட்டு தூங்கறேன், நாளைக்கு லீவுதானே. நான் இப்ப வாசிக்கறேன் கேட்கறீங்களா?"

"பிறகு கேட்கறேன்டா கண்ணு, நாளைக்கு உங்க மாமா

ஊரிலிருந்து வராரு, நேரத்துக்கு எழுந்திருக்கணும், நீயும்தான், சோம்பேறி மாதிரி தூங்கிட்டிருக்காத, சீக்கிரமா முடிச்சுட்டு படுத்துக்க."

செந்தில் தொடர்ந்தான். அந்த எளிய இசையைத் திரும்பத் திரும்ப வாசிப்பதில் தானே ஆழ்ந்தான். எத்தனை முறை வாசித்தான் என்று அவனுக்கே தெரியாது. காலையில் அம்மாதான் வந்து தட்டி எழுப்பினாள். "என்ன செந்தில், இங்கயே தூங்கிட்ட, ராத்திரி படுக்கப் போகலியா?" அவன் வீணை மேலேயே சாய்ந்து தூங்கிப் போயிருந்தான். திடுக்கிட்டு எழுந்தவன், வீணையைப் பார்த்தான். உற்சாகத்துடன். "அம்மா, நான் நூறுதடவைக்கு மேலேயே வாசிச்சுட்டேன், இப்ப நல்லா வாசிக்க வருது, கேட்கறீங்களா?"

"முதல்ல பல்ல வெளக்கிட்டு கீழ வா, அண்ணா வந்திடுவாரு, உங்கப்பா வேற டூர் போயிருக்காரு, இன்னும் பலகாரம் செய்யணும்," அம்மா அவசரமாக சமையலுக்கு நகர்ந்தாள். மாமா வந்தால் விருந்துதான், அம்மாவுக்கு நிறைய வேலை இருந்தது. செந்தில் ஒரு முறை வாசித்துப் பார்த்தான். அவனுக்கே அருமையாக வந்திருப்பதாகத் தோன்றியது. அதற்குள் அம்மா மறுபடியும் கூப்பிட்டாள். மனமில்லாமல் செந்தில் இறங்கிப் போனான். மாமா ஆட்டோவில் வந்து இறங்கினார்.

வரும்போதே "என்ன செந்தில், இன்னிக்கு ஐ பி எல் மாட்ச் போகலாமா?" வழக்கமாக உற்சாகமாகக் கிளம்பி விடுவான். இன்று அப்படித் தோன்றவில்லை. தப்பாமல் வாசிக்க வந்து விட்டதா என்று சந்தேகம்.

"இல்ல மாமா, எனக்கு வேல இருக்குது" என்று தயங்கினான்.

"ஆமாம், பெரிய வேலை, சாயங்காலம் அப்படியே பீட்ஸா, என்ன சொல்ற?"

அதற்குள் அம்மா "அண்ணா, செந்தில் இப்ப வீணை கத்துக்கறான், அவன் வாசிச்சி நீங்க கேட்கணும்."

மாமா, "இது என்னடா புதுசா இருக்குது, கீ போர்டு ஏதாவது கத்துக்கல? வீணையா?" என்றார்.

"மாமா நான் வாசிச்சுக் காமிக்கட்டுமா? நான் ஒரு பாட்டு நூறுதரம் வாசிச்சி ப்ராக்டீஸ் செஞ்சிருக்கேன்."

மாமா சந்தேகமாகப் பார்த்தார், அம்மா உடனே "அவரு சாப்பிடட்டும் அப்புறம் பார்க்கலாம்" என்றாள்.

கேசரி, வடை, தோசை எல்லாம் சாப்பிட்டு காபியும் ஆன பிறகு, மாமா ந்யூஸ் பேப்பரை எடுத்தார். செந்தில் பக்கத்திலேயே காத்திருந்தான்.

"மாமா இப்ப வாசிக்கட்டுமா?"

"ராத்திரியெல்லாம் ரயில்ல சரியாத் தூங்கலப்பா, ஒரு பத்து நிமிஷம் இப்படியே படுத்துட்டு வரட்டுமா?" மாமா கட்டிலுக்குப் போய்விட்டார்.

செந்தில் மொபைலில் ஆழ்ந்திருந்த செல்வியிடம் போனான். "அக்கா, நான் ஒரு பாட்ட நல்லா வாசிக்கக் கத்துக்கிட்டிருக்கேன், மாடிக்கு வரயா, வாசிக்கறேன்."

"போடா, நீயும் டொய்ங் டொய்ங்கும் நான் இங்க சாட்டிலே இருக்கேன்." சமையல் அறையை எட்டிப் பார்த்தான், அம்மா அடுப்பில் ஏதோ கிளறிக்கொண்டே, பக்கத்தில் மிக்ஸியில் அரைத்துக் கொண்டிருந்தாள்.

"அம்மா, நீயாவது வந்து கேளும்மா, எனக்கு அந்தப் பாட்டு நல்லா வாசிக்க வருது."

"ஏண்டா உனக்கு நேரம் காலமே இல்லயா, பார்த்தா தெரியல, நானே இங்க தலையப் பிச்சிட்டிருக்கேன், அவ மகாராணி மொபைலைக் கீழ வைக்க மாட்டாள், இந்தா இந்தத் தேங்காய உடச்சிட்டு வா."

தேங்காயை உடைத்துக் கொடுத்து விட்டு செந்தில், அறைக்கு வந்து மாமாவைப் பார்த்தான். மெல்லிய குறட்டையுடன் அவர் தளர்ந்திருந்தார்.

செந்தில் ஒரு முடிவுடன் மாடிக்குப் போனான். அறைக் கதவை மூடினான். காலை வெயில் சற்று அதிகம். காற்றுக்கு ஒரு

ஜன்னலை மட்டும் திறந்தான். வீணையை எடுத்து வைத்துக் கொண்டு வாசிக்க ஆரம்பித்தான். பாட்டு சரளமாக எழும்பியது. ஒரு நிமிடம் கூட ஆகியிருக்காது, ஜன்னலில் "மியாவ்" என்று சத்தம். வழக்கமாக வரும் தேன் நிறத்துப் பூனைதான். செந்தில் வாசிப்பதை நிறுத்தினான்.

"ஹை புஸ்ஸீ, வா வா, எனக்கு 'வரவீணா' நல்லா வாசிக்க வந்திடுச்சு, கேக்கறயா?"

மியாவ் என்று அரைக் குரல் கொடுத்து அந்தப் பூனை உள்ளே குதித்தது. வாலை உயர்த்தி முதுகை வளைத்து ஒரு தரம் சுற்றி வந்து, அவன் மடியில் சுகமாய்ப் படுத்துக் கொண்டது.

செந்தில் கண்களை மூடி, வாசிக்க ஆரம்பித்தான். ஆனந்தமான சங்கீதம் உலகைச் சூழ்ந்தது.

சொல்வனம், பிப்ரவரி 2020

தரிசனம்

முன் கதை சுருக்கம்

கணிதமேதை என்று பின்னாளில் போற்றப்பட்ட ராமானுஜன், சிறுவயதிலேயே கணிதத்தில் அபாரத் திறமை காட்டி, தானே கற்றுக்கொண்டு, வாழ்நாள் முழுவதும் அதிலேயே ஆழ்ந்து இருந்தார். கணிதம் தவிர மற்ற பாடங்களில் ஆர்வம் இல்லாததால் எஃப்ஏ (ஃபர்ஸ்ட் ஆர்ட்ஸ்) ப்ரீட்சையில் தேறவில்லை. அவருடைய திறமையைக் கண்டுகொண்ட சிலரின் உதவியால் சென்னையில் போர்ட்-ட்ரஸ்டில் க்ளர்க்காக வேலை பார்த்து, ஜானகியுடன் கல்யாணம் ஆகி, ப்ரொபசர் ஹார்டியால் லண்டன் கேம்ப்ரிட்ஜுக்குச் சென்று நிறைய ஆராய்ச்சி செய்து, ராயல் சொசைட்டியில் ஃபெல்லோ ஆனார், வெளிநாட்டில் குளிரிலும் வயிற்றுக்குச் சரியாகச் சாப்பிடாததுமாக வியாதி வந்து, அது முற்றி, சென்னைக்குத் திரும்பி வந்து, சரியாக வைத்தியம் இல்லாததால் 1920 இல் இறந்தபோது வயது 32.

இன்னும் கூட நிரூபிக்கப்படாத அபூர்வ சூத்திரங்களைக் கண்டுபிடித்த மேதை, இரவில் கண் விழித்து, எழுத பேப்பர் இல்லாமல் சில சமயம் மணலில் எழுதி, கிடைத்த காகிதத்தில்

இரு பக்கமும் நுணுக்கி எழுதி கணிதத்தால் நிரப்பி இறுதிநாள் வரை எழுதி, கடைசியாக விட்டுச் சென்றது சில நோட்டுப் புத்தகங்களும் பேப்பர்களும். அவற்றில் சில அவர் வீட்டிலிருந்து கிடைத்தன, சில லண்டனில் பல வருடங்களுக்குப் பிறகு கிடைத்தன, சில காணாமல் போயின.

★★★

ஏப்ரல் 26, 1920 திங்கள் கிழமை, சேத்துப்பட்டு, மதராஸ்

ரங்கநாதனுக்கு லட்சுமி விஷயத்தைச் சொன்னாள். "உங்க சினேகிதர் ராமானுஜனுக்கு ரொம்ப மோசமா இருக்கு போல." திங்கள் கிழமை காலை. புரண்டு படுத்தபோது "சூர்யோதயத்துக்கு அப்புறம் என்ன படுக்கை?" என்று அவனை எழுப்பி விட்டாள். சினேகிதனா, எவன் சொன்னது? இன்னும் கிளம்ப மனம் இல்லை. ஒரு நாளைப்போல இன்றைக்கும் குளித்து, திருமண் இட்டு சந்தியாவந்தனம் செய்து, பழையதை விழுங்கி விட்டு மடிப்பு சரியாக பஞ்சகச்சம், நெடுஞ்சட்டை, அங்கவஸ்திரம், தலைப்பாகை கையில் பித்தளைத் தூக்கில் புளியோதரை, கூடவே கரைத்த மோர், கையில் புத்தகம், பருத்த உடம்பு இத்தனையும் சுமந்துகொண்டு ஓட வேண்டும். தினமும் இதே ஓட்டம். வீட்டிலிருந்தபடியே பேப்பரில் நாலு கணித ஃபார்முலா கிறுக்கி சிலர் பேர் வாங்கி விடுகிறார்கள்.

லட்சுமி சரகு இலையைப் போட்டு பித்தளை லோட்டாவில் தீர்த்தம் எடுத்து வைத்து விட்டாள். தினமும் அதே பழையது. இங்லிஷ் விசுவநாதன் ஆத்தில் காலையில் இட்டலியாம், வெங்காயம் போட்டு கொத்சுவாம். ராமானுஜன் கேட்டானாம், லண்டனில் சாப்பிட்டது வேணும்னு, அந்த ஜானகி போன வாரம் மிளகு ரசமும் உருளைக்கிழங்கு கறியும் பண்ணி னாளாம். லட்சுமி "அதென்ன அனாசாரம், நாம வெங்காயம், உருளைக்கிழங்கு எல்லாம் சாப்பிடக் கூடாது!" என்பாள்.

சின்ன வயசிலேயே ரங்கநாதனுடைய கணக்கு வாத்தியார் ராகவாச்சாரி அப்பாவிடம், "ஓய், உம்ம புள்ளமாதிரி

சீரங்கத்துலேயே ஒரு பய கிடையாது, குடத்து விளக்காட்டம் இவனை இங்கேயே வெச்சிண்டிருந்தா ஒரு ப்ரயோஜனமும் இல்லை, பட்டணத்துக்கு மேல படிக்க அனுப்பும், ஓகோன்னு வருவான், எல்லாம் பெருமாள் பார்த்துப்பார்" என்று சொல்லவும் பட்டணத்துக்கு வந்து, மைலாப்பூரில் சொந்தக்கார வக்கீல் ஆத்தில் தங்கி படிப்பு. கோல்ட் மெடல் வாங்கி, ப்ரெசிடென்சி காலேஜில் கணக்கு லெக்சராகச் சேர்ந்தவுடன் கும்பகோணத்திலிருந்து ஒண்ணுவிட்ட அத்தை பொண்ணுடன் கல்யாணம். லட்சுமி பெரியவளானவுடன் பட்டணத்துக்கு வந்து விட்டாள்.

காலக்கிரமத்தில் குழந்தை. சேத்துப்பட்டுல வீடு, அம்மா பெருமையாகச் சொல்லுவாள், "எல்லாம் பெருமாள் குடுத்தது" என்ன குடுத்துட்டார் பெரிசா? பாண்டித்யம் இருந்து என்ன ப்ரயோஜனம், இப்ப எஃப்ஏ பசங்களுக்கு கணக்குச் சொல்லித்தர ஜீவனம். எஃப்ஏ கூட தேறாத ராமானுஜன், லண்டனுக்குப் போனானாம், கேம்ப்ரிட்ஜுல உபகாரச் சம்பளத்தோட ஆராய்ச்சியாம், ராயல் சொசைட்டியில ஃபெல்லோவாம், கூடவே ராயல் மண்டக் கனம். அவனுக்கு மட்டுமா, அவன் ட்யூஷன் சொல்லித்தர பசங்களுக்குக் கூட.

இந்தக் காலத்துப் பசங்களுக்கு வாத்தியார்ன்னு ஒரு மரியாத இல்ல, எல்லாம் அதிகப்பிரசங்கிகள். கால்குலஸ் க்ளாசில பாடம் நடத்தும்போது எழுந்து நிக்கறான் "ஸார், இத இன்னும் சுலபமா சால்வ் பண்ணலாம், இத்தன ஸ்டெப் தேவை இல்ல."

ரங்கநாதன் "சுவாமி, அதெப்படின்னு என்னுடைய சிற்றறிவுக்கு எட்டும்படி விளக்கிச் சொன்னாப் புரியும்."

அந்தப் பையன் அசராம போர்டுக்கு வந்து எழுதறான். அப்புறமா கூப்பிட்டு, யாருடா உனக்குச் சொல்லிக் குடுத்ததுன்னா "ராமானுஜன் சார்தான் சொல்லிக் குடுத்தார்" அப்படிங்கறான். அதோடு காலேஜில் நடத்திய ராஜாங்கமும் போச்சு. ட்ராமில் போகும் போது கூட, இன்னிக்கு எந்தப் பையன் என்ன கேள்வி கேட்பானோ அப்படின்னு கவலையோட புத்தகத்தைப் பார்த்துக்கொள்ள வேண்டி இருக்கிறது.

இந்த ராமானுஜன் நாலு வீடு தள்ளி குடி வந்துட்டான். அவன் குடும்பம்தான் வந்திருக்குன்னு மொதல்ல தெரியாது. அந்த மாமி கோமளத்தம்மாள்தான் ஒரு நாள் காலையில் வந்து லட்சுமியிடம் அஸ்கா சர்க்கரை வேணும்னு கேட்டா. ராமானுஜனுக்குக் காலையில் பெரிய ஸ்தாலி நிறைய காபி வேணுமாம், காபிக்கு சர்க்கரை காலி ஆயிடுத்தாம், தினமும் வாசலில் கோலம் போடும்போது பார்த்திருக்கிறாராம். நம்மவா மாதிரி இருக்கேன்னு சங்கோஜப் படாம கேட்க வந்துட்டாராம். அவர் பையன் பெரிய மேதாவியாம், லண்டன் போய் வந்திருக்கிறானாம், இப்போது ஏதோ வியாதியாம்.

லட்சுமி கும்பகோணம்தான் அப்படின்னு தெரிஞ்சதும் இன்னும் சந்தோஷம். உங்காத்துக்காரர் என்ன பண்ணிண்டிருக்கார் அப்படின்னு கேட்க, லட்சுமியும் ரங்கநாதன் காலேஜில் கணக்கு லெக்சரராக இருப்பதைச் சொல்லி இருக்கிறாள். உடனே அந்த மாமியும், “கணக்கு வாத்தியாரா, ரொம்ப சந்தோஷம், அப்பப்ப ஆத்துக்கு வந்து பேசினா உபகாரமா இருக்கும்” என்று அழைத்த மரியாதைக்கு ரங்கநாதன் அவர்கள் வீட்டுக்குப் போனான்.

கோமளத்தம்மாள்தான் வரவேற்று உள்ளே அழைத்துச் சென்றாள். வீட்டின் பின்பக்கம் மாடிப்படிக்கு அருகில் ஒரு அறை. ராமானுஜன் தரையில் விரித்திருந்த படுக்கையில் படுத்தபடி தீவிரமாக ஒரு கற்றை பேப்பரில் எழுதிக் கொண்டிருந்தான். பக்கத்துல எழுதிய சித்திரம் போல அவன் மனைவி ஜானகி.

ரங்கநாதன் அருகே போய் “நமஸ்காரம்” என்றான். ராமானுஜன் ஒரு கணம் தலையை நிமிர்த்தி “ம்ஹூம்” என்றான். கண்கள் இருட்டில் மிருகம் மாதிரி பளபளத்தன. கலைந்த தலை, கசங்கிச் சுருண்ட வேட்டி. ரங்கநாதன், சரி ஏதோ மிக முக்கியமாக எழுதிக்கொண்டிருக்கிறான் போல என்று சுற்றிலும் பார்த்தான். பக்கத்திலேயே விசிறி, வென்னீர், ஒத்தடம் கொடுக்க துண்டு, மருந்து, வியாதி வாசனை எல்லாம் இருந்தன.

படுக்கைக்கு அருகிலேயே மூலையில் ஒரு தோல்பெட்டி

இருந்தது. மங்கிய பழுப்பு நிறம், தூசி படிந்து, அங்கங்கே அடிபட்டு, கீறல் விழுந்து மேலே சற்றுப் பாசி பிடித்த மாதிரி, தோல் சுருக்கங்கள் தெரிய இருந்தது. லேசாக அந்தத் தோல் பெட்டியின் வாசனைகூட வருவதாகத் தோன்றியது.

நீண்ட மௌனம். ஜானகிதான், "நீங்க காபி சாப்பிடறேளா?" என்று கேட்டாள். ரங்கநாதன், "இல்லை வேண்டாம்" என்றான். அவள் மறுபடியும், "இவர் நாலு வீடு தள்ளி இருக்கார், ப்ரெசிடென்சி காலேஜில கணக்கு லெக்சரராம்" என்று ஆரம்பித்தாள். ராமானுஜன் கவனிக்கவில்லை. சில நிமிடங்களுக்குப் பிறகு பேப்பரை வைத்து விட்டு, நெற்றியைச் சுருக்கி ரங்கநாதனைப் பார்த்தான். தோல்பெட்டியைத் திறந்து அந்தப் பேப்பர்களை உள்ளே வைத்து ஜாக்கிரதையாக மூடினான். "நீங்கதான் அந்த ரங்கநாதனா? அம்மா சொன்னா."

ரங்கநாதன் பதில் சொல்ல ஆரம்பிப்பதற்குள் மறித்து "சுலபமான கணக்கை எல்லாம் சிக்கலாக்கிச் சொல்லிக் குடுப்பேள் போல இருக்கு, உங்க காலேஜில் படிக்கற நிறைய பசங்க ட்யூஷன்ல தடுமாறுறான், கேட்டா ரங்கநாதன் சார் இப்படித்தான் சொல்லிக் குடுத்தார்... அப்படிங்கறான்." ரங்கநாதனுக்கு முகம் சிவந்து போனது. ஜானகிதான் உடனே "ஸ்ரீரங்கத்தில் உங்களுக்கு எந்தத் தெரு, எங்க சித்தப்பா வடக்குச் சித்திர வீதியில இருந்தார்" என்று ஆரம்பித்தாள். ரங்கநாதன் ஒன்றும் பேசாமல் எழுந்தான். கோமளத்தம்மாள், "வர வர இப்படித்தான் ஆயிட்டான், வியாதியானா என்ன மனுஷா வேண்டாமா, அவகிட்ட மட்டும்தான் முகம் கொடுத்துப் பேசறான், இல்ல எப்பவும் எதாவது எழுதி எழுதி பெட்டியில காகிதத்த பூட்டி வெக்கறான், அந்தப் பெருமாள்தான் காப்பாத்தணும்" என்று கண்ணீர் விட்டாள்.

மறுநாள் லட்சுமியிடம், "அவர் அம்மாகிட்டயே எரிஞ்சு விழறார், எல்லாம் இந்த வியாதி வேதனயாலதான், அவரைத் தப்பா எடுத்துக்க வேண்டாம்" என்று ஜானகி சொன்னாளாம்.

ஒரு மாதம் ஆகி இருக்கும், காலேஜில் ஒரு நாள் மதியம் சாப்பிடும் போது விசுவநாதன் ஆரம்பித்தான் "ராமானுஜனை

உடம்பு சற்று தேறியவுடன் நம்ம காலேஜில் ப்ரொபசராக நியமனம் செய்யலாம்னு கேள்விப்பட்டேன்" ரங்கநாதன் சாப்பிடுவதை நிறுத்தினான்.

"நான் இங்க இத்தனை வருஷமாச்சு, இன்னும் வெறும் லெக்சரர், இவன் வந்து ப்ரொபசரா?"

"அவனுக்கு என்ன, ராவ் இருக்கார், மானேஜ்மென்டில எல்லோரையும் தெரியும், லண்டனிலிருந்து வேற சிபாரிசு லெட்டர்."

ரங்கநாதன் பாதி சாப்பிடும்போது தூக்கை மூடினான்.

அதற்குப் பிறகு அவன் ராமானுஜன் வீட்டுப் பக்கமே போகவில்லை. லட்சுமி அவர்களைப் பற்றி ஏதாவது சொன்னாலும் இடக்காகப் பேசினான்.

அன்றைக்கு லட்சுமிதான் காலையில் விஷயத்தைச் சொன்னாள். "உங்க சினேகிதர் ராமானுஜனுக்கு ரொம்ப மோசமா இருக்கு போல, ஒரு தடவை போய் பார்த்துட்டு வாருங்களேன்."

ரங்கநாதன் குரல் உயர்ந்தது "யாரு சினேகிதன்? விட்டா எனக்கு கணக்கு எதுவும் தெரியாதுன்னு சொல்லி காலேஜிலேர்ந்தே விரட்டி விட்டுட்டு, அவன் ப்ரொபசராகி இருப்பான்."

சற்று நேரம் ஜன்னல் அருகே அமர்ந்திருந்தான், தென்னை மர ஓலைகள் அசைந்து கொண்டிருந்தன.

ரங்கநாதன் தயங்கி அந்த வீட்டுக்குள் நுழைந்தான். பிரம்பு நாற்காலியில் கோமளத்தம்மாள் தலையில் கைவைத்து அமர்ந்திருந்தாள். கண்கள் கலங்கி இருந்தன. ராத்திரி முழுவதும் தூங்கவில்லை போல. ஸ்நானம் செய்திருக்கவில்லை, தலை கோடாலி முடிச்சு பாதி அவிழ்ந்திருந்தது. புடவை சற்று விலகி இருந்ததுகூட தெரியாமல் வெறித்த பார்வையாக இருந்தாள்.

உள்ளே சின்ன அறையில் வழக்கத்துக்கு அதிகமாக ஆட்கள் கூட்டமாகத் தென்பட்டார்கள். ஓரமாக தரையில் படுக்கை, ஜுர வேகத்தில் உடம்பு அதிர, அரைக் கண்ணைத் திறந்தபடி ராமானுஜன் படுத்திருந்தான். மூச்சு சிரமப்பட்டு வந்தது.

பக்கத்தில் கைக்கெட்டும் இடத்தில் சில பேப்பர்கள். இரண்டு நாள் முன்பு கூட ஏதோ எழுதிக்கொண்டிருந்ததாக லட்சுமி சொன்னாள். அருகிலேயே ஜானகி தரையில் உட்கார்ந்திருந்தாள். அந்தப் பக்கம் தோல் பெட்டி இருந்தது. ராமசந்திரராவ் நின்றிருந்தார். ராமானுஜனின் தம்பிகள் இரண்டு பேர், கூடவே இன்னும் இரண்டு பேர் இருந்தார்கள். ராவ்தான் வருகையைக் கண்டு லேசாகத் தலையை அசைத்தார். மௌனம், ராமானுஜனின் கனத்த மூச்சைத்தவிர. சிறிய அறையில் அத்தனை பேர் இருந்தது புழுக்கம் அதிகமாக இருந்தது. ஜானகி புடவைத் தலைப்பால் விசிறி விட்டு, ராமானுஜன் முகத்தைத் துடைத்தாள்.

“டாக்டரக் கூட்டிண்டு வரட்டுமா?” தம்பி கேட்டான். யாரும் பதில் சொல்லவில்லை. ராமானுஜன் முச்சு விடுவதில் மாற்றம். திணறல் சற்று அதிகம் ஆன மாதிரி இருந்தது, கண்கள் சொருகி விட்டன. ஜானகி கேவினாள். ராமானுஜன் மார்பை ஒருமுறை நீவிவிட்டு எழுந்தாள். நெடு நேரமாக அமர்ந்திருக்க வேண்டும், மரத்துப் போன கால் சற்று இடறியது.

“பால் கொண்டு வரேன், ஒரு நிமிஷம் பாத்துக்குங்கோ” குரல் கம்மலாக வந்தது.

அவள் வெளியே சென்றதும், ராமசந்திரராவ்தான் பேசினார். முதலில் உதட்டைப் பிதுக்கியபடி, மெல்லிய குரலில் “இனிமே ஒண்ணும் பண்ண முடியும்னு தோணல, நேத்திக்கே டாக்டர் சொல்லிட்டார்” கையை விரித்தார்.

“டேய், ப்ராணன் இருக்கும்போதே பிராயச்சித்தம் பண்ணனும்பா, இவன் வேற கப்பல் ஏறி சமுத்ரம் தாண்டினவன். பண்ணி வைக்கற வாத்யாரைக் கூட்டிண்டு வரயா?” தம்பியிடம் சொன்னார்.

அவன் திடுக்கிட்டுப் பார்த்தான். ராவ் கை சைகையால் அழைத்தார், மெல்லிய குரலில் “வாசல்ல அம்மா இருக்கா, அந்தப் பக்கம் போய் பேசலாம்.”

“நீங்க ஒரு நிமிஷம் இங்க பார்த்துக்கறேளா?”

ராவ் வெளியே செல்ல, பின்தொடர்ந்து ஒவ்வொருவராகச் சென்றார்கள். ரங்கநாதனும் ராமானுஜனும் தோல் பெட்டியும் மட்டும் அந்த அறையில். ராமானுஜனின் நோட்டுப் புத்தகங்களும் பேப்பர்களும் அதில்தான் இருக்க வேண்டும்.

ஜுரத்தில் அரைக்கண் மூடி இருந்த ராமானுஜன் திடீரென்று கண் விழித்தான். ஏதோ பேச முயற்சி செய்வதாகத் தோன்றியது. ரங்கநாதன் அருகே சென்றான்.

"மாக் தீட்டா ஃபங்ஷன்" மெல்லிய கரகரத்த குரல், சரியாகக் கேட்கவில்லை.

ரங்கநாதன் உரக்க "என்னது தீட்டா?" என்றான்.

ராமானுஜன் சற்று குரலை உயர்த்தி, "தீட்டா ஃபங்க்ஷன் தெரியாதா? நாமகிரித் தாயார் நேத்திக்கூட கனவுல சொன்னார், இன்னும் எத்தன நாளோ, எல்லாத்தையும் எழுதி வெக்கணும். இங்க யாருக்கும் புரியாது. நான் ஹார்டிக்குதான் லெட்டர் எழுதி கேட்கணும்" உதட்டைச் சுழித்துவிட்டு, தோல் பெட்டியின் பக்கம் திரும்பிப் பார்த்தான். அதன் மேல் செல்லமாகக் கையை வைத்து மூடினான். அவ்வளவு பேசிய களைப்பு, மறுபடியும் கண்கள் மூடிவிட்டன. அவன் சொன்னதைப் பார்த்தால் ரங்கநாதனுக்கு நீ எல்லாம் காலேஜில் பாடம் நடத்தற தகுதி இருக்கறவனா என்று கேட்பது போல இருந்தது. தலைக்கு உள்ளே கூடு கலைந்த தேனீக்கள் கோபத்துடன் பறந்தன. கதவு பக்கம் ஒருமுறை பார்த்தான். சரேலென்று பெட்டிக்கு அருகே சென்றான். அந்தப் பெட்டியையே முழுசாக எடுத்துக் கொண்டு போய்விடலாமா? எங்காவது கடாசி விடலாம். இல்லை, பெட்டியைத் திறந்து பேப்பர்களையும் நோட்டுப் புத்தகங்களையும் எடுத்துச் சென்று விடலாம். வென்னீர் உள்ளில் அடுப்பு எரிய உதவும். அதோடு அந்தக் கர்வக்கார ராமானுஜன் எழுதி வைத்த எல்லாம் சாம்பல் ஆகிவிடும்.

மூடியைத் திறப்பதற்கு தோலின் மேல் கைப் பட்டதும், தானாக பின்னுக்கு இழுத்துக் கொண்டது. பதற்றத்துடன் மறுபடி வாசலைப் பார்த்தான். யாரும் காணவில்லை. பேச்சுக் குரல் அடுத்த அறையிலிருந்து வந்தது.

முயற்சி செய்ததில் பெட்டி ஒரு பக்கம் திறந்தது. மறுபக்கம் வரவில்லை. பாதி பெட்டி நிறைந்து பேப்பர்கள், ஒரு நோட்டுப் புத்தகம் எடுக்கிற மாதிரி மேலாக இருந்தது. கையை உள்ளே விட்டதில் சில பேப்பர்கள் அகப்பட்டன. கையில் இழுத்ததில் உலோகப் பூண் கீறியது.

இன்னும் யாரையும் காணவில்லை. ராமானுஜன் ஏதோ முனகினான், ஆனால் கண் திறக்கவில்லை. ரங்கநாதன் எழுந்தான், பாதி திறந்த பெட்டியிலிருந்து கிடைத்த வரை ஒரு நோட்டுப் புத்தகத்தையும், காகிதங்களையும் உருவினான். வேட்டியின் ஒரு முனையைக் கையில் பிடித்தபடி அதற்குள் காகிதங்களை மறைத்தான். திரும்பிப் பார்க்காமல் அறையிலிருந்து வெளியே வந்தான். அடுத்த அறையில் ராவ்தான் இன்னும் பேசிக்கொண்டிருந்தார். தளிப்பண்ற உள்ளிலிருந்து குமட்டியில் கரி தீக்கங்கு, ஏதோ கொதிக்கும் வாசனையும், பாத்திர சப்தமும் வந்தது. விருட்டென்று பின்பக்கம் சென்றான். கிணற்றடி தாண்டி, கொல்லைக் கதவு. திறந்து, சத்தமில்லாமல் மூடி, சந்து வழியாக நடந்தான். சந்தில் சாக்கடையும் குப்பையும் கால் வைக்கவே அருவருப்பாக இருந்தது. விறு விறுவென்று தன் வீட்டின் பின் பக்கத்துக்கு வந்து சேர்ந்தான்.

கொல்லைக் கதவு தாழிடப்படவில்லை. ஸ்நான அறைக் கதவு மூடி இருந்தது. லட்சுமி குளித்துக்கொண்டிருந்தாள்.

ரங்கநாதன் அப்படியே துணி தோய்க்கும் கல்லில் உட்கார்ந்தான். மேலாக இருந்த பேப்பர்களை எடுத்தான். கையெழுத்து படிக்கும்படியாக இருந்தது. ஆனால் வரிகள் சற்றே கோணல். படுத்துக்கொண்டு எழுதியதாக இருக்க வேண்டும்.

லட்சுமி குளித்துவிட்டு நெற்றியில் மஞ்சள் தீற்றலுடன், புடைவையை அரை சுற்றாகச் சுற்றிக்கொண்டு வெளியே வந்த போது, ரங்கநாதன் கிணற்றுக் கட்டைக்குப் பின்னால், துணி தோய்க்கும் கல்லில் உட்கார்ந்து கண்களைத் துடைத்துக் கொண்டிருந்தான். கண்கள் கலங்கி இருந்தன.

"என்ன ஆச்சு? போயிட்டாரா?"

ரங்கநாதன், நிமிர்ந்தான். ஒருகணம் வெற்றிடத்தில் பார்த்தான். கையை மேல் நோக்கி விரித்தான்.

லட்சுமி புடைவையைச் சரியாகக் கட்டிக் கொண்டு, நெற்றிக்கு இட்டுக் கொண்டு விளக்கேற்றி பாசுரம் சொல்லிவிட்டுத் திரும்ப வந்த போதும் ரங்கநாதன் அதே இடத்தில் உட்கார்ந்திருந்தான்,

பின்கதைச் சுருக்கம் :

ராமானுஜன் விட்டுச் சென்றதாக மூன்று நோட்டுப் புத்தகங்களும் சில பேப்பர்களும் கிடைத்தன. ராமானுஜன் இறந்த பிறகு, நிறைய பேப்பர்கள் சென்னை பல்கலைக்கழகத்துக்குக் கொடுக்கப்பட்டன. அவை லண்டனுக்கு அனுப்பப்பட்டன. ராமானுஜன் எழுதி வைத்திருந்த நோட்டுப் புத்தகங்கள் சிலவற்றை அவர் இறந்த தினத்தில் யாரோ திருடிச் சென்று விட்டார்கள் என்று திருமதி ஜானகி சொன்னதாக ப்ருஸ் சி பெர்ன்ட் எழுதி இருக்கிறார். ராமானுஜனின் நோட்டுப் புத்தகங்களில் ஒன்று காணாமல் போய் 1976 இல் லண்டனில் திரும்பக் கிடைத்தது. இன்னும் சில எங்காவது இருக்கலாம், இல்லை எங்காவது மளிகைக் கடையில் பொட்டணம் கட்ட உபயோகப்பட்டிருக்கலாம்.

சொல்வனம், மார்ச் 2020

விடை

"ஆ... அங்க பாருங்க!"

சத்யா தோள்களைத் தட்டி எழுப்பினாள்.

ரஜனி கண்களை இமைத்து சிரமப்பட்டு பெரிய உடலைத் தூக்கி எழுந்தான். ஹெலிகாப்டரின் கண்ணாடி வழியே துல்லியமான சூரியக் கதிர்கள் கண்களைக் கூச வைத்தன.

பெரிய மலை ஒன்று மரகதப் பச்சைக் காடுகளுக்கு நடுவே உயர்ந்து நின்றது. அதுவும் ஆழ்ந்த பச்சை. உற்று கவனித்தால் மரங்கள் பெருங்காடாகத் தெரிந்தன.

"அங்க பாருங்க பெருமாளின் முகம்" என்று விமானி கை காண்பித்தான். சிறுவயதில் இதே சொற்களைச் சன்னிதிக்குள் இருட்டில் மெல்லிய கற்பூர ஒளியில் அர்ச்சகரின் தொண்டை கட்டிய குரலில் கேட்டது நினைவில் ஒலித்தது. மலை முகட்டில் நீண்ட மூக்குடன் ஒரு முகம் மாதிரி இருந்தது. அதற்குள் சத்யா எல்லா பக்கமும் பறவை போல கழுத்தைத் திருப்பி எட்டிப் பார்த்து உற்சாகமாக, "அதோ பாருங்க பெருமாளுடைய உயரத் தூக்கிய கால், சுவர்க்கத்தை அளந்த கால்" என்று அவனைத் தோளைப் பிடித்து இழுத்தாள். மலையில் ஒரு கறுத்த

சிகரம் மேகங்களுக்கு நடுவே உயர்ந்து மறைந்திருந்தது. அந்த சிகரத்துக்கு அருகில் மேகங்கள் சூழ்ந்திருக்க மழை பெய்து கொண்டு இருந்தது. “ஊழி முதல்வன் உருவம் போல் மெய் கறுத்து...” சத்யா பாடினாள். மொபைலில் படம் எடுக்க கை தானாகச் சென்றது. போன் இல்லை என்பது மறுபடியும் நினைவுக்கு வந்தது. கிளம்பும்போதே வாங்கி வைத்துக்கொண்டு விட்டார்கள்.

விமானி கீழே பார்க்கச் சைகை செய்தான் “அதாங்க பெருமாளுடைய பாதாளம் அளந்த பாதம்” கீழே குனிந்து பார்த்தால்- ஒரு நீண்ட பாறை பெரிய நீர் நிலையில் இறங்கி இருந்தது. மலை முழுவதும் மரங்கள், அடர்ந்த பச்சை. “பச்சை மாமலை போல் மேனி...” என்று சத்யாவுக்குத் தன்னிச்சையாக பாடல் வந்தது.

அருகே செல்லச் செல்ல அதன் பிரம்மாண்டம் உறைத்தது. ஹெலிகாப்டர், பெருமாளின் கைவிரல் அளவுக்குக் கூட இல்லை.

அது த்ரிவிக்கிரமன் தீவு. வங்கக் கடலில் அந்தமான் தீவுகளுக்குத் தெற்கே இருப்பது. சுவாமி அங்கே ஆசிரமம் நடத்தி வருகிறார். அங்கே பெருமாளுக்கு “திரிவிக்கிரமப் பெருமாள்” என்று திரு நாமம், குருஜி “வாமன சுவாமி”. சுவாமியைப் பற்றித் தெரிய வந்ததே தற்செயல். புத்தாண்டுக் கொண்டாட்டத்துக்காக ரஜனியின் பன்னாட்டு நிறுவனத் தலைவர் வீட்டுக்கு அழைத்திருந்தார். அவர் வீட்டில் உள்ளே சுவரில் அந்தப் படம் இருந்தது. வரைந்த இயற்கைக் காட்சி போல இருந்த த்ரிவிக்கிரமன் மலையின் படம். கீழே “சுவர்க்கமும் இங்கே நரகமும் இங்கே” என்று எழுதிச் சிரித்த முகத்துடன் ஒரு சாமியார் முகமும் இருந்தது.

சத்யாதான் அதைக் கவனித்து விசாரித்தாள். “அங்க போய்ப் பாருங்க, வாமன சுவாமியின் தத்துவம் மிக அரிதானது, த்ரிவிக்கிரமன் தீவு எல்லோரும் வாழ்க்கையில் பெற வேண்டிய அனுபவம்” என்றார்.

“அவங்க வெப்சைட் இருக்குதா? இல்ல ஃபேஸ் புக்குல இருக்காங்களா? அவங்க இன்டர்நெட்டிலோ, டீவியிலோ, பத்திரிகைகளிலோ விளம்பரம் கொடுப்பது இல்லை.”

“அப்ப எங்க விவரம் கிடைக்கும்?”

“வேளை வரும்போது சுவாமி தானாக அழைப்பார்.”

அங்கேயும் இங்கேயும் விசாரித்ததில் அரைகுறையாகத் தீற்றிய சித்திரம் கிடைத்தது. நேரில் சென்று அனுபவிக்க வேண்டும். வார்த்தைகளில் விவரிக்க முடியாது என்றார்கள். அங்கே செல்வது அவ்வளவு எளிது இல்லை என்று மட்டும் தெரிய வந்தது.

ஒரு கடையில் அந்தப் படத்தை மறுபடியும் பார்த்தாள். அது நகைக் கடை. நகைகளை முதலாளி த்ரிவிக்கிரம மலையின் படத்துக்கு அருகில் வைத்துவிட்டுக் கொடுத்தார்.

“இது த்ரிவிக்கிரமன் மலைதானே?”

“ஆமாம், என்ன ஒரு புண்ணியத்தலம்“ என்று கண்களை மூடி பரவசத்துடன் பேசினார்.

“நீங்க தீவுக்குப் போயிருக்கீங்களா? அங்க விசித்திர அனுபவம் அப்படின்னு சொல்றாங்களே.”

“அதெல்லாம் பேச முடியாதது, அனுபவிக்க வேண்டியது கண்டவர் விண்டதில்லை.”

“எனக்கும் அந்த அனுபவம் வேண்டும்.”

“அது அவ்வளவு எளிதில்லை, அவர் கருணை வேண்டும்.”

“எனக்கு எப்படியாவது போகணுமே, நீங்கதான் ஒரு வழி சொல்ல வேண்டும்.”

“அது அவர் இச்சை இருந்தால்தான் நடக்கும், அது எல்லோருக்கும் கிடைக்காது.”

சத்யா விடுவதாக இல்லை. கடைசியில் அவர் ஒரு மொபைல் எண் கொடுத்தார்.

“இதுக்கு போன் செய்தால் தகவல் கிடைக்குமா? எங்க இருக்குது தீவு?”

“அம்மா, வேளை வந்தால் எல்லாம் தானாக நடக்கும், அது வரை தினமும் நூற்று எட்டு முறை “ சுவர்க்கமும் நரகமும் இங்கே” என்று சொல்லிவிட்டு இந்த எண்ணுக்கு அந்த மந்திரத்தையே வாட்ஸப்பில் அனுப்புங்கள். அருள் இருந்தால் தகவல் வரும்.”

சத்யா அன்றைக்கே ஆரம்பித்தாள். ஒரு வாரம் ஆயிற்று எந்தப் பதிலும் வரவில்லை. அவளுக்கு யாராவது அவளுடைய மெசேஜைப் பார்க்கிறார்களா என்று சந்தேகமாக இருந்தது.

கிட்டத்தட்ட மூன்று வாரங்கள் ஆன பிறகு முதல் பதில் வந்தது.

“ ஒரு மண்டலம் மந்திர விரதம் இருந்தால் சுவாமி அழைக்கக் கூடும்.”

சத்யா தீவிரமாகத் தொடர்ந்தாள். தினமும் மந்திரத்தை உச்சரித்து மெசேஜ் அனுப்பினாள்.

இறுதியில் அவளுக்கு த்ரிவிக்கிரம மலை, சுவாமியின் படம் பதிலாக வந்தது. அதுவே பெரிய சாதனை என்று சத்யா மகிழ்ந்தாள்.

தொடர்ந்து செய்துகொண்டிருந்தாள். ஒரு நாள் அழைப்பு வந்தது.

பயணத்துக்கு மனத்தளவில் தயாராகி வர வேண்டுமாம். அதற்குச் சில வினாக்கள் அனுப்பி இருந்தார்கள். மணமானவர்களாக இருந்தால் இரண்டு பேருமாக வருவது நல்லதாம், இருவரும் அந்த கேள்விகளைப் பற்றித் தனித்தனியாகச் சிந்திக்க வேண்டுமாம்.

வினாக்கள் வந்தன.

1. கையில் நூறு கோடி ரூபாய் பணம் இருந்தால், வாழ்க்கையில் அடுத்து என்ன செய்வாய்?

2. உனக்கு ஆயுள் இன்னும் நூறு நாள்தான் என்றால் வாழ்க்கையில் அடுத்து என்ன செய்வாய்?

3. அதற்குத் தடையாக இருப்பது எது?

சத்யாவுக்கு அன்றைக்கே இரவில் தூக்கம் வரவில்லை. முதல் இரண்டு கேள்விகளுக்கு ஓரளவு பதில் தெரிகிற மாதிரி இருந்தது. உலகம் முழுவதும் சுற்ற வேண்டும், நடனம் கற்றுக் கொள்ளவேண்டும். அதுவும் ரஷ்ய நாட்டு பாலே, இமய மலையில் நதிக்கரையில் பாறை மேல் அமர்ந்து தியானம் செய்ய வேண்டும், ஏதாவது சரணாலயத்தில் அனாதையான விலங்குகளைப் பராமரிக்க வேண்டும், தெருவில் ஒரு வண்டியில் இட்லிக்கடை நடத்த வேண்டும், பட்டியல் நீண்டது. மூன்றாவது கேள்விக்கு விடை உறுத்தியது. நள்ளிரவில், விடியற்காலையில் விழித்துக் கொண்டு யோசித்தாள்.

அந்தமான் தீவுகளில் போர்ட் ப்ளேருக்கு விமானம், அங்கிருந்து ஹெலிகாப்டரில் தீவுக்குப் பயணம். ரஜனி கூட கடைசியில் அவனுடைய அலுவலக வேலையை ஒரு வாரத்துக்கு விட்டு விட்டு வந்து விட்டான். அதுவும் அங்கே மொபைல், லாப்டாப் எதுவும் உபயோகிக்க முடியாது என்று தெரிந்த பிறகும். அவன் ஏதோ சுற்றுலாப் பயணம் மாதிரி வந்திருந்தான்.

காலை அய்ந்து மணிக்கு சென்னை விமான நிலையத்தில் காத்திருந்தார்கள்.

“இதோபாரு ரஜனி, இந்தக் கேள்விகளுக்கு விடை யோசிச்சுட்டு வரச் சொல்லி இருக்காங்க.”

“அப்படியா, என்ன கேள்வி?”

படித்துப் பார்த்தான்.

“காலையில் சீக்கிரமே எழுந்தது, லேசா தலை வலி போல இருக்கு, நல்ல காபி கிடைக்குமான்னு பார்க்கறேன்” எழுந்து சோம்பல் முறித்தான். காபியுடன் வந்து நெட்ஃப்லிக்ஸ் தொடர் பார்க்க ஆரம்பித்தான்.

“அங்க போன பிறகு மொபைல் கிடையாது இல்லயா?”

ஹெலிகாப்டர் இறங்க ஆரம்பித்தது. கீழே ஒரு பெரிய வட்ட வடிவமான, கேரளக் கோவில் போலத் தோற்றமுடைய கட்டடம் தெரிந்தது. சுற்றிலும் தனியாக வெண்மணலில் சிறு சிறு குடில்கள். பொம்மை நகரம் மாதிரி. வரவேற்க ஒரு வெளி நாட்டு இளம் துறவி வந்திருந்தார்.

“வாருங்கள், த்ரிவிக்கிரமன் தீவுக்கு நல்வரவு. இங்கே உங்களுக்கு நிறைய அனுபவங்கள் காத்திருக்கின்றன” என்றார் புன்னகையுடன். அவர்களைத் தங்கும் குடிலுக்கு அழைத்துச் சென்றார்.

“இன்று மாலை நீங்கள் சங்கத்துக்கு வரலாம், அதுவரை ஓய்வு எடுத்துக் கொள்ளுங்கள், இப்படியே கடற்கரையில் வேண்டுமானால் காலார நடக்கலாம்.”

அறை சுத்தமாக வசதியாக இருந்தது, அறையில் வெட்டி வேர் மாதிரி ஒரு மூலிகை வாசம்.

துறவி ஒரு பக்கம் இருந்த தண்ணீர்ப் பானையைக் காண்பித்தார். “ இதில் இருக்கும் தண்ணீரையே குடியுங்கள், இயற்கையான மலை அருவித் தண்ணீர். இங்கே மினரல் வாட்டர் பாட்டில்கள் கிடையாது.”

தண்ணீரும் மூலிகை மணத்துடன் புத்துணர்ச்சியாக இருந்தது.

கடற்கரையில் நடந்துவிட்டு மதிய உணவுக்குப் பின் அருவித் தண்ணீரைக் குடித்துவிட்டு சுகமாக தூக்கம் வந்தது.

★★★

மாலை சங்கத்துக்குச் சென்றார்கள். அதிகம் கூட்டமில்லை. ஒரு நூறு பேர் இருந்திருப்பார்கள். அந்த வட்ட வடிவக் கட்டடம், கோயில் என்று சொல்ல முடியாது. நடுவில் த்ரிவிக்கிரமப் பெருமாளின் உருவம் இருந்தது. அருகில் வாமன சுவாமி அமர்ந்திருந்தார். குள்ளமான வடிவம். அவர் சாந்தமான முகத்தில் புன்னகையுடன், வாழ்க்கையின் தத்துவத்தைப் பற்றி ஆழ்ந்த குரலில் பேசினார்.

எப்படி நல்லதையும் கெட்டதையும் நாமே மனதில் உருவாக்கிக் கொண்டு அதில் சிக்கிக்கொள்கிறோம், அதற்குச் சூழ்நிலை, அதிலிருந்து விடுபடத் தெரியாமல் மற்றவர்கள்தான் காரணம் என்று பழிசுமத்துவது என்கிற மனித குணத்தைப் பற்றி விளக்கினார். அவர் இதைப் பற்றி நிறையச் சிந்தித்திருக்க வேண்டும். தவிர இந்த மாதிரி பல முறை பேசி இருக்க வேண்டும். மிகத் திறமையாக, தர்க்கபூர்வமான வாதங்களை முன்வைத்தார். எல்லோரும் ஒரு நல்ல பாட்டுக் கச்சேரியைக் கேட்பதைப் போல தலையை அசைத்து, மயங்கிக் கேட்டார்கள். சிலர் கேள்விகள் கேட்டார்கள், அவர்களுடன் விவாதித்தார். கடைசியில், வாதத்தை விட அனுபவம் முக்கியம் என்று ஆரம்பித்தார். அந்த அனுபவத்தை திரிவிக்கிரமன் தீவில் அடைய முடியும் என்றார். எல்லோரையும் மூலிகைத் தண்ணீரை நிறையக் குடிக்கச் சொன்னார்.

மறுநாள் காலை சீக்கிரமே எழுந்து வட்டக்கோயிலுக்குச் சென்றார்கள். அங்கிருந்து ஒரு பஸ்ஸில் பெருமாள் மலைக்கு அழைத்துச் சென்றார்கள். பெரிய நீர் விழுச்சி. அருகே செல்லச் செல்ல பெரும் ஓசை, வரும்போது பார்த்த மலைதான். முதலில் பெருமாள் கால் அருகே இருந்த நீர் நிலையில் குளிக்கச் சொன்னார்கள். அந்த நீர் மலையிலிருந்து விழும் அருவி மற்றும் சுனை நீராக இருக்க வேண்டும். அவ்வளவு புத்துணர்ச்சி கொடுத்தது. நிதானமாக நீரில் திளைத்துக் குளிக்கச் சொன்னார்கள். எல்லோரும் குழந்தைகள் போல அருவியில் விளையாடினார்கள். அருவியில் அருகே சென்றால் நீர் விசையுடன் உந்தித் தள்ளியது.

பிறகு அப்படியே அந்தச் சுனையில் நடந்து நீர்வீழ்ச்சியில் உள்ளே செல்லச் சொன்னார்கள். உள்ளே நீர்த்திரை விலகிய இடத்தில் ஒரு குகை வாயில் தெரிந்தது. தயங்கியபடி அந்தக் குகைக்குள் சென்றார்கள். உள்ளே இருட்டாக இருந்தது, எங்கிருந்தோ மெல்லிய வெளிச்சம் கசிந்து வந்தது. அருவியின் ஓசை உருவமற்றுக் கேட்டது. முதலில் குகை குறுகலாக இருந்தாலும், செல்லச் செல்ல விரிந்தது. சற்று உள்ளே சென்றபின் ஒரு பெரிய கூடம் மாதிரியான இடம்

வந்தது. அங்கே சூரியக் கதிர்கள் ஒரு சில இடங்களில் விழுந்து ஒரு மாய உலகத்தை உருவாக்கின. அங்கே பாறையிலேயே உட்கார்ந்துகொள்ள வசதியாக திண்ணை போன்ற இடங்கள் இருந்தன. எல்லோரையும் உட்காரச் சொன்னார்கள். குளித்து சற்றுக் குளிராக இருந்தது. இப்போது குடிப்பதற்கு மூலிகைத் தேனீர் என்று ஒரு சூடான பானம் கொடுத்தார்கள்.

வாமன சுவாமி வந்திருந்தார். அவர் ஒரு பாறை மேல் ஒளிக் கற்றையில் நின்றுகொண்டு பேசினார், ஆழ்ந்த குரல் எதிரொலித்தது.

"சுவர்க்க நரக அனுபவங்களுக்குத் தயாரா?" எல்லோரும் தயாராக இருந்தார்கள்.

"மனதளவில் எந்தவிதமான அனுபவத்துக்கும் தயாராக இருங்கள். தவிர உங்கள் ஒவ்வொருவருக்கும் தனிவிதமான அனுபவம் கிடைக்கும், உங்கள் மனதைப் பொறுத்து, அதனால் உங்களுக்கு என்ன நடந்தது, என்ன அனுபவம் என்பதை மற்றவர்களிடம் சொல்லுவதோ இல்லை அவர்களுக்கு என்ன அனுபவம் என்று கேட்பதையும் தவிர்க்க வேண்டும்."

எல்லோரும் அமைதியாக ஆர்வத்துடன் இருந்தார்கள்.

"இந்த சமயத்தில் ஏதாவது கேள்வி உண்டா?"

ஒருவன் கையை உயர்த்தினான்,

"சுற்றிப் பார்ப்பதற்கு எவ்வளவு நேரம் ஆகும்?"

சுவாமி குரலை உயர்த்தினார் "நீங்கள் இங்கே வந்திருப்பது சுற்றுலாவுக்கு அல்ல, உங்களுக்குள்ளேயே தேடுவதற்கு. சுவர்க்கமும் நரகமும் இங்கே" சுட்டு விரலால் தலையைக் காண்பித்தார்.

தொடர்ந்து "என்ன அனுபவம், காட்சிகள் வந்தாலும் மனதில் நினைவில் கொள்ளுங்கள். நீங்கள் முக்கியமாகச் செய்ய வேண்டியது எதனால், எங்கிருந்து உங்களுக்கு சுவர்க்க அனுபவங்களும் நரக அனுபவங்களும் கிடைக்கின்றன என்று ஆராய்வது."

இப்போது ஒருத்தி எழுந்து கேள்வி கேட்டாள் "சுவாமி, அனுபவம் புரிகிறது, எதனால் என்று என்னால் ஆராய முடியுமா என்று சந்தேகமாக இருக்கிறது."

"உங்களுடைய திறமைகளைக் குறைத்து மதிப்பிட வேண்டாம், முதலில் போய் வாருங்கள் பேசுவோம். உங்களில் பெரும்பாலான வர்களுக்கு தானாகவே தெளிவு உண்டாகும்."

குகையில் உள்புறம் கையைக் காண்பித்தார். அங்கே இருளில் கூர்ந்து கவனித்தால், குகையிலிருந்து ஒரு வழி மேலே சென்றது. இயற்கையாகவே படிகள் போல பாறைகள். இன்னொரு பக்கம் ஒரு கிணறு மாதிரி பள்ளம் இறங்கியது. அதற்குள் செல்வதற்கும் பாறையில் படிகள் இருந்தன. எல்லோருக்கும் சற்றுத் தூக்கம் வருவது போல இருந்தது. சிரமப்பட்டு எழுந்தார்கள். சுவாமியின் குரல் அந்த மயக்கத்துக்கு நடுவே கட்டளையாக ஒலித்தது

ஒருவன் கையை உயர்த்தினான், எவ்வளவு நேரம் ஆகும் என்று கேட்ட அதே ஆசாமி.

"எல்லோரும் இரண்டு இடத்துக்கும் கட்டாயம் செல்ல வேண்டுமா?" என்றான்

சுவாமி மறுபடியும் பொறுமையாக, "இரண்டையும் பார்ப்பது நல்லது. உங்கள் விருப்பம், போய் வாருங்கள்" என்றார்.

சத்யா முதலில் மேலே செல்லும் படிகளில் ஏறினாள். சற்று ஏறிய பிறகு குகையில் வெளிச்சம் வர ஆரம்பித்தது. பாறைகளுக்கு நடுவில் ஒரு இயற்கையான வாயில். கண்கள் கூச சத்யா வெளியே வந்தாள்.

சத்யா ஒரு மலையில் இருக்கிறாள். சிறு பெண்ணாக. கூடவே அப்பா, அம்மா. ஒரு அருவியின் ஓசை கேட்கிறது. மரங்கள் சூரிய வெளிச்சத்தில் ஒளிருகின்றன. பறவைகளின் ஒலி. ஒரு திருப்பத்தில் பிரம்மாண்டமான அருவி தெரிகிறது. சத்யா அப்படியே பிரமித்துப் போய் நின்றுவிடுகிறாள். இது இந்தக் குகைக்கு வரும்போது வந்த அருவி இல்லை. இது அகலமாக இருந்தது. மூன்று பேரும் கீழே இறங்கி தண்ணீரில் கால் வைக்கிறார்கள். தண்ணீர் மிகவும் குளிர்ச்சி. நீரில் ஒரு பூ மிதந்து வருகிறது. பார்க்க மிகவும் அழகாக இருக்கிறது. அப்பா

அது நாகலிங்கப் பூ என்கிறார். சத்யா அந்தப் பூவை எடுத்து முகர்ந்து பார்க்கிறாள். அபூர்வமான மணம். மூன்று பேரும் கரையில் அமர்ந்துகொள்கிறார்கள். சத்யா “சாப்பிடலாமா?” என்று கேட்கிறாள். அம்மா, “அதுக்குள்ள என்ன பசி? போய் விளையாடு” என்கிறாள்.

அப்பா, “பாவம், அவளுக்குப் பசி, சாப்பிடலாம் வா.” என்கிறார். அவரே ஒரு நல்ல இடமாகப் பார்த்து உட்கார வைக்கிறார். திடீரென்று மேகங்கள் மூட்டம். வெளிச்சம் குறைகிறது. வெயில் இல்லாமல் மெல்லிய மலைக் காற்று குளிருகிறது. அப்பா, அம்மா அருகே வந்து அணைத்துக் கொள்கிறார்கள். வீட்டிலிருந்து கொண்டு வந்திருந்த சாப்பாடு, வழக்கத்தை விட அதிகமாகச் சாப்பிட்டாள். மரத்தின் மேல் ஒரு பறவை உட்கார்ந்து கொண்டு இவர்களைப் பார்த்து ஏதோ சொன்னது. பாதி சாப்பிடும்போதே சத்யாவுக்குத் தூக்கம் வந்து விடுகிறது. அப்பாவின் மடியில் தலை வைத்துத் தூங்குகிறாள். பிறகு அப்பா எழுப்புகிறார். “சத்யா, வா, வீட்டுக்குப் போகலாமா?” சத்யா சிணுங்குகிறாள். “நாம இங்கேயே இருக்கலாமா?” அப்பா “சரி இன்னும் உனக்குத் தூக்கக் கலக்கம், நான் தூக்கிக்கட்டுமா?” “இவ்வளவு பெரிய பெண், என்ன செல்லம்” என்று அம்மா கோபித்துக்கொள்கிறாள். அப்பா எடுத்துக்கொள்ள, சத்யா தோளில் தலைசாய்த்து மறுபடியும் தூங்கிவிடுகிறாள். நடுவில் விழிப்பு வந்த மாதிரி இருந்தது. தலையைத் தூக்கிப் பார்த்தால், கீழே இருந்து ரஜனி வந்துகொண்டிருந்தான். அவன் முகத்தில் கொந்தளிப்பு. மறுபடியும் தூக்கம் வந்தது.

விழித்தபோது எல்லோரும் அவரவர் அறைகளில், படுக்கையில் இருந்தார்கள். ஏதோ கனவு போல நடந்த நினைவுகள் வந்தன.

★★★

அன்று மதியம் கிளம்ப வேண்டும். சத்யா ரஜனிக்கு என்ன அனுபவம் என்று கேட்க நினைத்து சுவாமி சொன்னபடி கேட்கக் கூடாது என்று சும்மா இருந்து விட்டாள். ரஜனி யோசனையில் இருந்த மாதிரி தெரிந்தது. அவன் எழுந்து எங்கோ கடற்கரையில் உலாவச் சென்றிருந்தான். சத்யா

ஆசிரமக் கோயிலுக்குச் சென்றாள். அவர்கள் தங்கி இருந்த குடிலில் இருந்து பன்னீர் மரங்கள் பூக்களை உதிர்த்திருந்த பாதையில் மணலுக்கு நடுவில் சதுரக் கற்களைப் பதித்த பாதை. பூக்களின் மணம் மெல்லியதாய் வருடியது. கிளம்புவதற்கு முன் அங்கே வரச் சொல்லி இருந்தார்கள். ஒரு இளம் துறவி வரவேற்றார்.

“வாங்க, எங்க உங்கள் கணவர் வரவில்லையா?”

“இல்ல அவர் கடற்கரையில் இப்படியே ஒரு நடை போனாரு.”

“சொல்லுங்க உங்க அனுபவம் எப்படி இருந்தது? எங்கல்லாம் போனீங்க?”

“வாழ்க்கையிலேயே மறக்க முடியாத அனுபவம், மிக்க நன்றி.”

“மறுபடியும் அனுபவத்துக்கு விருப்பமா?”

“கட்டாயம், எனக்கு இங்கேயே இருந்து விட வேண்டும் என்று தோன்றுகிறது.”

“அப்படித்தான் நிறையப்பேர் கேட்கிறார்கள், நீங்கள் யோசித்துச் செய்ய வேண்டிய முடிவு.”

“இங்கே மெம்பர்ஷிப் மாதிரி எடுத்து சேர்ந்துகொள்ளலாம் என்று சொன்னர்களே, அதைப் பற்றிச் சொல்ல முடியுமா?”

“ஓ தாராளமாக, இதைப் பாருங்கள்.”

அந்த இளம் துறவி ஒரு வண்ணப் புத்தகத்தைக் கொடுத்தார். ஒரு பக்கத்தைப் பிரித்து, “இதோ பாருங்கள் எல்லா விபரங்களும் உள்ளன” என்றார். அதில் வருடாந்திர சந்தா, அய்ந்து வருடங்களுக்கு, பத்து வருடங்களுக்கு என்று பல திட்டங்கள் இருந்தன. வருடத்துக்கு நான்கு முறை வந்து ஒரு வாரம் தங்கிப் போகலாம் என்று இருந்தது. கடைசியில் ஆயுள் சந்தாவுக்குத் தனியாக விசாரிக்கவும் என்று இருந்தது.

சத்யா அந்த வரியைக் காண்பித்து “ஆயுள் சந்தாவும் உண்டா?” என்றாள்

“உண்டு, சற்று அதிகமாக ஆகும், எந்த உலகத்துக்கு என்பதையும் பொறுத்து” என்றார்

“எந்த உலகமா ஆயுள் சந்தா கட்டினால் இங்கேயே குடிலில் நிரந்தரமாக வாழலாம் என்று நினைத்தேன்...”

“அப்படியும் உண்டு, அவ்வப்போது மேல், கீழ் உலகங்களுக்குப் போய்வரலாம். தவிர, நீங்கள் பார்த்த உலகங்களிலும் நிரந்தரமாக இருக்கலாம்.”

சத்யா அதை எதிர்பார்க்கவில்லை. சற்று யோசித்தாள், “எனக்கு சில கேள்விகள்.”

“கேளுங்கள், நீங்கள் இங்கே வந்ததே வினாக்களுக்கு விடை சிந்தித்து” என்றார் புன்னகையுடன்.

“முதல் கேள்வி இந்த ஆயுள் சந்தா, நிரந்தரமாக இரண்டில் எந்த உலகத்துக்கு வேண்டுமானாலும் கிடைக்குமா?”

“ஓ தாராளமாக, பெரும்பாலானவர்கள் சுவர்க்க லோகம்தான் கேட்கிறார்கள். நீங்கள் விதி விலக்காகக் கேட்கிறீர்கள். ஆனால் அது உங்கள் விருப்பம்.”

“இரண்டாவது கேள்வி கணவன் மனைவியில் ஒருவருக்கு மட்டும் ஆயுள் சந்தா கட்டலாமா?”

இப்போது அந்தத் துறவி சற்றுத் தயங்கினார்

“வழக்கமாக இருவருமாகச் சேர்ந்து ஆயுள் சந்தா கட்டுவார்கள். உங்கள் விருப்பம் சற்று விசித்திரமாக இருக்கிறது, இன்னொரு விசித்திரம், இன்றைக்கு இப்படிக் கேட்பது இரண்டாவது நபர். சரி உங்கள் பெயர் என்ன, யாருக்கு சந்தா வேண்டும்?” என்றார்.

சத்யா சொன்னாள்.

அந்தத் துறவி அதிர்ந்துபோய் நிமிர்ந்தார்.

சொல்வனம், ஜூன் 2021

ரசம்

“**எ**ன்ன இது இவ்வளவு கூட்டம்” என்றாள் லதா.

அது எனக்கு புதிய இடம், புதிய சூழல், கூடவே புதிய மனைவி. இத்தனை வருடங்களாக பெங்களூரில் இருந்திருக்கிறேன், ஆனால் இப்படி ஒரு நிகழ்ச்சி நடப்பது தெரியாது. அது சாமராஜ் பேட் என்று அழைக்கப்படும் நகரத்தின் பழையகால வட்டாரம். திப்பு சுல்தானின் கோடை அரண்மனைக்கு அருகில் பள்ளிக்கூடத்தில் பெரிய மைதானம். பந்தல் போட்டு ராமநவமி சமயத்தில் ஒரு மாதத்துக்கு தினமும் கச்சேரி. அங்கே ஒரு பிரபலப் பாடகரின் கச்சேரி என்று ஒரு ஞாயிற்றுக்கிழமை காலை ஹிந்துவில் பார்த்துவிட்டு என் மனைவி போகலாமா என்றாள். நான் அன்றைக்கு சினிமாவுக்குப் போகலாம் என்று நினைத்திருந்தேன். எனக்குச் சிறுவயதில் பாட்டி கேட்ட எம்.எஸ்.சுப்புலட்சுமியின் சில பாட்டுகள் தவிர கர்னாடக இசையைப் பற்றி எதுவும் தெரியாது. ஆட்டோக்காரனுக்கு கச்சேரி நடக்கும் இடம் என்று தெரிந்திருந்தது.

ஆறு மணி கச்சேரிக்கு ஐந்தரைக்குப் போய்ச் சேர்ந்தோம். டிக்கெட்டுக்கு ரோடு முனை வரை பெரிய வரிசை. சமீபத்தில் அந்தப் பாடகர் ஒரு திரைப்படத்தில் பாடினார் என்று லதா

சொன்னாள். வரிசையில் நின்றுகொண்டு காம்பவுண்டுக்கு உள்ளே பார்த்தேன். மங்கிய மஞ்சள் நிறத்தில் ஜமீன்தார் பங்களா மாதிரி கட்டடம். பெரிய மர ஜன்னல், கதவுகள். இரவில் மழையும் மின்னலும் இருந்தால் பேய் சினிமா மாதிரி இருக்கும். ஓலை, தட்டி, தகரம் எல்லாம் சேர்ந்து பெரிய பந்தல், நிறைய ஜனங்கள் பரபரப்பாகச் சென்று கொண்டிருந்தார்கள்.

எனக்கு முன்பாக இருந்தவர், "நமக்குக் கடைசி வரிசைகள்தான் கிடைக்கும்" என்று வழுக்கைத் தலையைத் தடவிக்கொண்டு வாட்சைப் பார்த்தார். அதற்குள் கூட்டம் பிரிந்து வழிவிட ஒரு பெரிய கார் உள்ளே சென்றது. கண்ணாடி வழியாக வீணைதான் தெரிந்தது. நான் உற்சாகமாகக் காட்ட, லதா திருத்தினாள், "அது வீணை இல்லை, தம்பூரா."

பத்து நிமிசத்தில் நாங்கள் கவுண்டருக்கு அருகில் இருந்தோம். எனக்கு முன்னால் இருந்த நீண்ட வளைந்த மூக்குடைய பெரியவர் அவருடைய மனைவியிடம்,

"கடைசி வரிசைதானாம், பார்க்க முடியாது. நாம பக்கத்துல சீனிவாச பெருமாள் கோவில் சேவிச்சுட்டு துவாரகால தோசை சாப்பிடலாம்" என்றார்.

லதாவின் முகத்தைப் பார்த்தால் தோசைக்கு அவ்வளவாக ஆசை தெரியவில்லை. அதுவும் ஒரு முறை பிரபலமான ஹோட்டலுக்குப் போய், "இது என்ன வெல்லம் போட்டு, சாம்பார் மாதிரியே இல்லை" என்றாள்.

"கடைசி வரிசைதான் கிடைக்குமாம் " என்று அவள் முகத்தைப் பார்த்தேன். எனக்குப் பாட்டுக் கேட்பதற்குக் கடைசி வரிசை ஆனால் என்ன என்று புரியவில்லை. ஆனால், அவள் முகத்தில் அப்போது கவிஞர்கள் ஏதோ சொல்லுவார்களே, முழு நிலவை மேகம் மறைத்தால் போல என்று, அந்த மாதிரி, நிழல் படர்ந்தது.

அப்போதுதான் உள்ளே ராகவேந்திர ராவைப் பார்த்தேன். அவனை நான் இங்கே எதிர்பார்க்கவில்லை. ராகவேந்திர ராவ் என்றவுடன் ஒரு ஐம்பது வயது நரைத்த தலை, தடித்த கண்ணாடி ஆசாமியின் உருவம் தோன்றக்கூடும். இவன் அப்படி

இல்லை. என்னுடன் வேலையில் இருக்கிறான். வயது என்னை விடக் குறைவு.

எப்படியாவது உள்ளே செல்ல முடியும் என்று நம்பிக்கை வந்தது. “ரகு ராவ் ! ரகு ராவ் !” என்று உரக்கக் கூவினேன். அவன் காதில் விழவில்லை போலும், இன்னொருவரிடம் பேசிக்கொண்டு நகர ஆரம்பித்தான். நான் கலவரத்துடன் கையைத் தட்டி, மறுபடி உரக்கக் கூவினேன். ரகு ராவ் திரும்பிப் பார்த்தான். அடையாளம் கண்டு அவன் கண்கள் சற்றே விரிந்தன. “அட நீங்க எங்க இந்தப் பக்கம்?” என்றான். நான் கம்பிகளுக்குள் முடிந்த அளவு முகத்தைத் திணித்து, “ராவ் எனக்கு எப்படியாவது முதல் வரிசைகளில் இரண்டு டிக்கெட் வேணும், இது என் மனைவி லதா” என்று அறிமுகம் செய்து கெஞ்சினேன்.

அவன் அங்கிருந்தே லதாவுக்கு ஒரு கும்பிடு போட்டான்.

“காலையில சொல்லி இருந்தால் கூட, டிக்கட் எடுத்து வெச்சிருப்பேனே, இவ்வளவு லேட்டா வந்து கேட்டால் நான் என்ன செய்ய முடியும்?” என்றான்.

என் முகத்தைப் பார்த்தால் அழுதுவிடுவேன் போல இருந்திருக்க வேண்டும். குரலைத் தாழ்த்தி, “இங்கேயே இருங்க, என்னுடைய மாமாதான் இங்கே செக்ரெடரி, ஏதாவது முடியுமான்னு பார்க்கிறேன்” என்றான். நான் கவலையுடன் அவன் செல்வதைப் பார்த்துக்கொண்டிருந்தேன்.

ராவ் இரண்டே நிமிடத்தில் வந்து விட்டான். கேட்டில் நின்றிருந்த காவலாளியிடம் ஏதோ சொல்ல, அவன் எங்கள் இருவரை மட்டும் உள்ளே விட்டான், பின்னால் நின்றவர்கள் முறைக்க நாங்கள் விரைந்தோம்.

ராவ், “நான் உங்களை வி.ஐ.பி. களுக்கான முதல் வரிசையில் அமர்த்த முடியுமா என்று பார்க்கிறேன், கிடைக்காவிட்டால் தரையில் ஒரு ஜமக்காளம் போட்டு இடம் செய்து தருகிறேன்” என்றான்.

நான் லதாவிடம், "தரையில உட்கார்ந்து பழக்கம் இல்லை, நாம போய்ட்டு இன்னொரு நாள் பார்க்கலாமா?" என்று ஆரம்பித்து, அவளுடைய பார்வைக்குப் பாதியில் நிறுத்தினேன்.

லதா, ராவிடம் "உங்களுக்கே முடியலன்னா எப்படி, நாங்க உங்கள நம்பி வந்துட்டோம்" என்றாள்.

அவள் ஒரு கணத்தில் எப்படி முகத்தில் இரண்டு வேறு பாவனைகளைக் காட்டினாள் என்று ஆச்சரியமாக இருந்தது. "கதிர் மதியம் போல் முகத்தான்" என்று ஆண்டாள் சொன்னது போல. ராவ் எங்களை வரச்சொல்லி அழைத்துக் கொண்டு மேடைக்குப் பக்கவாட்டில் இருந்த அறைக்கு அருகே சென்றான். உள்ளே சோபாவில் பாடகர் ஒரு டிசைனர் ஜிப்பா அணிந்து கொண்டு அமர்ந்திருந்தார். பளபளப்பான கண்களில் கூர்ந்த பார்வை. பக்கத்தில் பட்டு தாவணி அணிந்த இளம் பெண்ணிடம் ஏதோ சொல்லிக்கொண்டிருந்தார். நான் ஆர்வமாக அட, இன்னும் தாவணி எல்லாம் போடறாங்களா என்று ஒரு கணம் சூழ்நிலை மறந்து பார்த்துக்கொண்டிருக்க லதா திடீரென்று ராவிடம், "பாடகருடன் செல்ஃபி எடுத்துக் கொள்ள முடியுமா?" என்றாள்.

ராவ் உற்சாகமாக, "வாங்க, போய்க் கேட்கலாம்" என்றான். அதற்குள் கச்சேரிக்கு நேரம் ஆகிவிட்டது போலும். பாடகர் எழுந்து நின்றார், இரண்டு பக்கமும் இரண்டு பேர் வீணை, இல்லை தம்பூராவைத் தூக்கிக்கொண்டு, மற்றவர்கள் பின்தொடர கிளம்பிவிட்டார். பின்னால் சிலர் உறை போட்ட வாத்தியம், பெட்டி எல்லாம் எடுத்துக்கொண்டு தொடர்ந்தார்கள். மிருதங்கம், வயலின், கடம் என்று லதா அடையாளம் காட்டினாள். ரகு ராவ் என் பக்கத்தில் வந்து, "பரவா இல்லை, கச்சேரி முடிந்து இங்கதான் வருவார், அப்ப எடுத்துக்கலாம்" என்றான்.

எங்களை மேடைக்குப் பின்புறமாக அழைத்துச் சென்று, முதல் வரிசையில் சோஃபாவில் ஓரமாக உட்கார வைத்து விட்டான். "யாராவது வந்து கேட்டால் எழுந்திருக்காதீர்கள்" என்றான். திரும்ப அருகில் வந்து "என் பெயரையும் சொல்ல

வேண்டாம்” என்ற எச்சரிக்கையுடன். பழைய காலச் சிவப்பு நிற ரெக்ஸின் சோஃபாவின் நுனியில் உட்கார்ந்தேன். லதா எதிர்பார்ப்புடன் உட்கார்ந்தாள்.

எல்லோரும் மேடையில் அமர்ந்து வாத்தியங்களை எடுத்தார்கள். பாடகர் வீணையை, இல்லை தம்பூராவை நிரடிக்கொண்டிருந்தார். அதுவும் இரண்டு தம்பூரா. லதா என்னிடம் “இரண்டு தம்பூரா ஒன்றாகச் சுருதி சேர்ப்பது ரொம்ப கஷ்டம், மிகச் சரியாகச் சேராமல் பாட ஆரம்பிக்க மாட்டார்” என்றாள். தம்பூராவில் ஏதோ குமிழ்களைத் திருகிக்கொண்டே இருந்தார். மிருதங்கக்காரர் உருண்டையாக ஒரு கல்லை எடுத்துத் தட்டிக்கொண்டிருந்தார். எல்லோரும் சுருதி சேர்த்து, மைக் ஆளிடம் ஏதோ ட்ரெபிள் குறைக்கச் சொல்லி, சரிசெய்து கிட்டத்தட்ட பத்து நிமிடம் ஆயிற்று.

எங்களுக்குப் பின்னால் பல வரிசைகள், அவ்வளவு கூட்டத்துக்கு அங்கே ஒரு சத்தமும் இல்லை. எல்லோரும் அமைதியாகக் காத்திருந்தது ஆச்சரியமாக இருந்தது. ஒருவர் கவனமாக ஹிந்து பேப்பர் படித்துக்கொண்டிருந்தார். காலையிலிருந்து பேப்பர் முழுதாகப் படித்து முடிக்கவில்லை என்பது அப்போதுதான் நினைவுக்கு வந்தது. அவர் அருகில் இருந்தால் இரவல் கேட்டிருக்கலாம். பாடகர் புன்னகையுடன் மேடையில் இருந்தவர்களைப் பார்த்து ஆரம்பிக்கலாமா என்பது போலக் கேட்டார். கண்களை மூடிக்கொண்டு ம்ம் என்று ஆரம்பித்தார்

பிறகு வாய்விட்டு ஏதோ ராகம் இழுத்தார். லதா “ஆகா, என்ன கம்பீரமான குரல். என்ன எடுப்பு” என்றாள். முதல் பாட்டே என்ன மொழி என்று எனக்குப் புரியாமல் இழுத்துக்கொண்டு போனது. லதா அதை ரசித்துக்கொண்டிருந்தாள். முடிந்து எல்லோரும் கைதட்டினார்கள். லதா எனக்கு விளக்கினாள் வழக்கமாக இது முதலில் பாடும் பாட்டு, வர்ணம் என்றாள்,

அடுத்தது எங்கேயோ கேட்ட நாட்டுப்புறப் பாடல் மாதிரி இருந்தது, ஆனால், நீளமாகப் போய்க்கொண்டே இருந்தது. லதா இது ஆனந்தபைரவி ராகம் என்றாள்.

எனக்குத் திடீரென்று பசிக்க ஆரம்பித்தது. ஒரு காபியாவது கிடைத்தால் நல்லது என்று சுற்றுமுற்றும் பார்த்தேன். சமையல் வாசனை ஒரு பக்கத்திலிருந்து வந்தது. நல்ல பெருங்காய மணத்துடன் கொதிக்கும் வாசனை. ஆனால், கான்டீன் எதுவும் கண்ணுக்குத் தென்படவில்லை. யாரையாவது கேட்கலாம் என்றால், எல்லோரும் சங்கீதத்தில் மூழ்கி இருந்தார்கள்.

பாடகர் அடுத்தது ததரின்ன என்று ஆரம்பித்தார். லதா ராகம் பெயர் சொன்னாள். ஆரம்பித்துப் பாடுபவரும் கேட்பவர்களும் அதில் ஆழ்ந்துவிட்டார்கள். நான் உட்கார்ந்தபடியே கான்டீன் தேடிக்கொண்டிருந்தேன். ராம நவமி கச்சேரி ,அதனால் இதுதான் பாடுவார்கள் என்று சொன்னாள். லதா ஊகித்தது சரிதான், அதே பாட்டுதான் பாடினார். லதா இன்னும் மகிழ்ச்சியாக ரசித்தாள். அதில் கமபதநி என்று சுரம் வேறு பாடினார். ஒவ்வொரு முறையும் பாடகர் பாடியவுடன், வயலின்காரர் அதைத் திரும்ப வாசித்தார். அது எதற்கு என்று எனக்குப் புரியவில்லை. ஒருவர் பாடினால் போதாதா, நேரம் மிச்சமாகும்.

லதா உற்சாகமாக இப்போது மெயின் ராகம் என்றாள். பிறகு நீளமாக என்று இன்னொரு பாட்டு எடுத்தார். லதா, என்னைப் பார்த்துப் பெரிய புன்னகை செய்தாள், நான் அப்படியா, என்று மணி பார்த்தேன். எனக்கு சற்று தூக்கம் வருவது போல இருந்தது. நடுவில் மிருதங்கக்காரர் தீவிரமாக வாசித்தார்.

சமையல் இடத்தில் கொதிப்பது ரசம்தான், நல்ல மணம் வந்தது. தவிர தனியாக எண்ணெய் காயும் வாசனை வந்தது. வெறும் அப்பளம் பொரிக்கப் போகிறானா இல்லை வடை ஏதாவது உண்டா என்று யோசித்தேன். பந்தலின் பின்பக்கத்திலிருந்து ஒருவர், மேலெல்லாம் வியர்வையைத் துடைத்துக் கொண்டு வெளியே வந்து பாட்டைக் கேட்டார். சமையல்காரர்தான்.

முகத்தில் ஒரு புன்னகை வரவழைத்துக்கொண்டு அரைக் கண்ணை மூடிக்கொண்டு ரசிப்பது போலத் தூங்க முயற்சி செய்தேன். ஆனால் மூக்கை மூட முடியவில்லை. வடைதான், அதுவும் இங்கே கர்னாடகாவில் அம்போடே என்று வெளியே

மொறுமொறுப்பாகவும் உள்ளே மெதுவாகவும் இருக்கும் அருமையான வடை செய்வார்கள். நாம் ஆமவடை என்று சொல்வது, நிறைய பொடியாக நறுக்கிய கொத்தமல்லி இருக்கும். அதற்குள் தூக்கத்தைக் கலைக்க மிருதங்கமும் பானைக்காரரும் மாறி மாறி அடிக்க ஆரம்பித்தார்கள். அது ஒரு பத்து நிமிடம் இருக்கும், லதா பலமாக தாளத்தைப் போட்டுக்கொண்டு ரசித்தாள்.

நான் அவ்வளவாக ரசிக்கவில்லை என்று லதா கவனித்திருக்க வேண்டும், இப்ப பாருங்க, எல்லாம் உங்களுக்குப் பிடிச்ச மாதிரி பாட்டு வரும், பஜன் எல்லாம் உண்டு என்றாள். சமையல்காரர்கள் இன்னும் இரண்டுபேர் ஓரமாக வந்து நின்றார்கள். எனக்கு வடை கருகிவிடப் போகிறதே என்று கவலையாக இருந்தது. இப்போது ஆடியன்சிலிருந்து நிறையப் பேர் துண்டுச் சீட்டு அனுப்பினார்கள், பாடகர், "க்ருஷ்ணா நீ பேகனே" என்று ஆரம்பித்தார், கூட்டத்திலிருந்து ஓசை எழும்பியது. நான் இந்தப் பாட்டைக் கேட்டிருக்கிறேன். லதா, கனவுலகில் இருப்பது போல, என்றாள்.

வடை இருந்தால் பாயசமும் இருக்க வேண்டுமே என்ற சிந்தனை எனக்கு. மோப்பம் பிடித்தேன் லேசாக ஏலக்காய் மணம் வந்தது. பாயசம்தான். எப்படியாவது ரகு ராவிடம் கேட்டு இங்கேயே சாப்பாடு கிடைக்குமா என்று பார்க்கவேண்டும் என்று தீர்மானித்தேன். ஆனால், லதா வெல்லம் சேர்த்த ரசம் சாப்பிடுவாளா என்பது சந்தேகம்தான்.

கச்சேரி முடிந்திருக்க வேண்டும், எல்லோரும் எழுந்து நின்று கைதட்டிக்கொண்டிருந்தார்கள். நானும் எழுந்தேன். லதா "ரகு ராவ் எங்கே, செல்ஃபி எடுத்துக் கொள்ளவேண்டும்" என்றாள்.

"நீ இங்கேயே இரு, நான் அவன் எங்கே என்று பார்த்துக் கொண்டு வருகிறேன்" என்று தட்டிக்குப் பின்புறம் சென்றேன். அங்கே பெரிய பெரிய அண்டாக்களில் ரசம், பாயசம் எல்லாம் கொதித்துக்கொண்டிருந்தன. நல்ல பாகு வெல்லம், பாயசம் செம்பொன் நிறத்தில் குமிழ்விட்டுக் கொதித்துக்கொண்டிருந்து. பக்கத்தில் நெய்யில் வறுத்த முந்திரி மினுக்கியது. ஒரு பக்கம்

தட்டு நிறைய பொரித்தெடுக்கப்பட்ட வடை. ஒரு தாம்பாளத்தில் விசிறி மடிப்பு மாதிரி போளி. தேங்காயும் சிவந்த மிளகாயும் பருப்பும் அரைத்துப் பிசிறிய வாழைக்காய்க் கறி, மாங்காய் ஊறுகாய்க்கு ஒருவன் தாளித்துக்கொண்டிருந்தான். நல்ல வெந்தய வாசனை . மற்ற எல்லோரும் பாடகர் மேடையிலிருந்து இறங்கி வரும் பக்கத்தில் எட்டிப் பார்த்துக்கொண்டிருந்தார்கள். நான் செல்ஃபி நினைவுக்கு வந்து அவர்களைத் தள்ளி முன்னே சென்று ரகு ராவ் கண்ணில் படுகிறானா என்று பார்த்தேன்.

ரகு ராவ் பந்தலுக்கு வெளியில் கார் அருகே நின்றுகொண்டு அருகே வரும்படி சைகை செய்தான். நான் சமையல் கட்டின் வழியாகத் திரும்ப ஓடி வந்து லதாவை அழைத்தேன். ஒருவன் இலைகளை நறுக்கிக்கொண்டிருந்தான், பச்சை வாழை இலை மணம் பசியைக் கிளப்பியது. லதா “கார் கிட்ட ரகு ராவ் இருக்கான், வரச் சொல்கிறான்” என்று கையைப் பற்றி இழுத்தேன். நாங்கள் இருவரும் மறுபடியும் சமையல் கட்டின் வழியாக விரைந்தோம். வடகம் பொரித்துக் கொண்டிருந்தார்கள். ஒரே சமயத்தில் நூறு வெண்தாமரை விரிவது மாதிரி எண்ணெயில் மலர்ந்துகொண்டிருந்தன. வரிசையாக பக்கெட்டுகள் அணிவகுப்பு. சாப்பாடு பரிமாற தரையில் ஒரு பக்கம் பந்திப் பாய் விரித்துக் கொண்டிருந்தார்கள்.

நாங்கள் அலுவலகம் வழியாக வெளியே வந்த போது, காரைச் சுற்றிக் கூட்டம். செல்லில் கோணம் கூட பார்க்காமல், பலர் அவசரமாகப் படம் எடுத்துக் கொண்டிருந்தார்கள். ரகு ராவ் இந்தப் பக்கம் வா என்று சைகை செய்தான். அதற்குள் ஒருவர் கார் கதவைத் தயாராகத் திறந்து வைத்தார். பாடகர் ஒரு பெரிய புன்னகையுடன் கைகூப்பி காரில் ஏறிவிட்டார். நாங்கள் அருகில் கூட போக முடியவில்லை. கார் ஊர்வலம் மாதிரி மெதுவாகக் கிளம்பிச் சென்றது. எனக்கு லதாவைப் பார்க்க பயமாக இருந்தது.

ரகு ராவ் வந்து, “ஒரு நிமிடம் முன்னால் வந்திருந்தால் எடுத்து இருக்கலாம்” என்றான். வடை போளியில் கவனத்தை விடாமல் வேகமாக வந்திருக்க வேண்டும்.

“பரவா இல்லை, அடுத்த வருடம் பார்க்கலாம், இப்போது சாப்பிட்டு விட்டு போகலாம் வாருங்கள், உடுப்பியிலிருந்து ஸ்பெஷலாக வரவழைக்கப் பட்ட சமையல் காரர்கள், இந்த மாதிரி நல்ல சாப்பாடு எங்கேயும் கிடைக்காது “ என்றான் ரகு ராவ்.

லதா ஒரு பெருமூச்சு விட்டாள். அவள் ரகு ராவிடம், “கச்சேரிக்கு எங்களுக்கு முதல் வரிசையில் இடம் கொடுத்தது, இவ்வளவு அருகில் பாடகரைப் பார்த்தது எல்லாவற்றுக்கும் மிக்க நன்றி” என்று சொல்லி, ஓரக்கண்ணால் என்னையும் பார்த்தாள்.

இலையில் அமர்ந்தோம். முதலில் உப்பு பரிமாறினார்கள். வரிசையாக பாயசம், கோசம்பரி என்று வர ஆரம்பித்தன. லதா எல்லாவற்றையும் கொறித்தாள். எனக்கு ரசம்தான் உயிர். சமையல்காரர் பக்கத்தில் அண்டாவில் ரசம் விளாவினார். என்ன ஒரு மணம். நம் ஊர் போல குண்டு மிளகாய் இல்லாமல் பேடகி மிளகாய் போடுவதால் உடுப்பி ரசத்துக்கு ஓர் அலாதி நிறம் உண்டு, மிளகு, சீரகம் எல்லாம் சேர்த்துக் காரசாரமாக இருந்தாலும், வெல்லம் போடுவதினால் தனி ருசி. லதா பிடிக்காமல் பாதியில் எழுந்துவிடுவாளோ என்று கவலைப் பட்டேன். ரசம் நாக்கைத் தாண்டி மனசைத் தொட்டது. எனக்கு மறுபடியும் ரசம் வேண்டுமாக இருந்தது. பரிமாறுபவர் தூரத்தில் இருந்தார். அவரைக் கூவி அழைத்தேன், லதா என்ன சொல்வாளோ என்று அவளுடைய முகத்தைப் பார்த்தபடி. என்ன ஆச்சரியம், லதா “எனக்கும்” என்று இரண்டாம் முறை ரசம் கேட்டாள்.

சொல்வனம், அக்டோபர் 2021

மலர்ந்த முகம்
அல்லது
1972—சென்ட்ரல் சிவில் சர்வீஸ் பென்ஷன் விதி

“இதுதான் நீங்கள் தேடும் ஸ்டூடியோவாக இருக்க வேண்டும்” என்றான் ரகு ராவ்.

அந்த தெருவே ஒரு நூற்றாண்டுக் காலம் பின்னே சென்ற மாதிரி இருந்தது. மேலே துருப்பிடித்த தகரத்தில் வர்ணம் மங்கி “ப்ருந்தாவன் ஸ்டூடியோ”. முகப்பில் மங்கிய அரக்கு நிறத்தில் மடிப்புக் கதவு. மேலிருந்து கீழ் வரை முழுவதும் படங்கள். விதவிதமான வடிவங்களில் நிறங்களில் வெள்ளி, தங்க இழைகளுடன் ஃப்ரேம்கள். பழையகாலக் கறுப்பு வெள்ளைப் படங்கள்தான் அதிகம் இருந்தன. ஆனால் துல்லியமான படங்கள். ராஜ்குமார் ஒரு மாட்டு வண்டியில் கையில் சாட்டையுடன் சிரித்துக் கொண்டிருந்தார். மைசூர் மகாராஜா அம்பாரி யானையுடன் நின்றிருந்தார். ரோஜாப் பூக்கள் வண்ணம் வழிந்துகொண்டு இருந்தன. சரோஜா தேவி பக்க வாட்டில் திரும்பித் புன்னகைத்துக் கொண்டிருந்தார்.

“தாத்தா இதுதானா, உங்களுக்கு ஞாபகம் இருக்கிறதா?” என்றேன். தாத்தா மேலே போர்டைப் பார்த்துக்கொண்டிருந்தார்.

தாத்தாவுக்கு வயது தொண்ணூற்று நான்கு. அவர் ஒல்லியாக உயரமாக இருந்தார். தலையில் உதிரியாக அறுவடை முடிந்த நிலம். வெண் புருவங்கள் மட்டும் நல்ல அடர்த்தி. போன வருடம் வாங்கிய சட்டை, அது கூட சற்று தொளதொளப்பாக இருந்தது. டிமென்ஷியா, அதாவது வயதான பிறகு வரும் நினைவுக் கோளாறு. பெரும்பாலான சமயங்களில் நாம் பேசுவது புரிகிறதா என்று தெரியாது, முகத்தில் உணர்ச்சியே இருக்காது. தானாக திடீரென்று காஞ்சீபுரம் கருட சேவைக்குப் போன போது என்று ஆரம்பிப்பார். கதை அய்ம்பது வருடங்களுக்கு முன் அப்போது சாப்பிட்ட கோவில் புளியோதரையாக இருக்கலாம் இல்லை கூட்டத்தில் காணாமல் போய் திரும்பக் கிடைத்த என்னுடைய அத்தையாக இருக்கலாம்.

“இதுதான்னு நினைக்கிறேன்” என்று பக்கத்திலிருந்த ஹோல்சேல் பட்டுப் புடைவைக் கடையைப் பார்த்துப் பாட்டி சொன்னாள். பாட்டியைப் பார்த்தால் எழுபது என்று சொல்லலாம். உண்மையில் எண்பத்து ஏழு வயது. சற்று பருத்த உடல்வாகு. தாத்தாவுக்கும் சேர்த்துப் பாட்டி பேசுவாள். தாத்தாவையும் பாட்டியையும் ஒன்றாகப் பார்த்தால் லாரல் ஹார்டி நினைவுக்கு வரக் கூடும்.

“நாங்க கல்யாணத்துக்குப் பிறகு முதல்ல வெளியூருக்கு வந்தது இங்கதான். அப்பதான் இங்க வந்து ரெண்டு பேருமா சேர்ந்து படம் எடுத்தோம். கூடவே இங்க ஒரு மைசூர் சில்க் புடைவை வாங்கினோம், மயில் நீலம் மெல்லிசா அரை இன்ச்தான் ஜரிகை, ரொம்ப வருஷம் இருந்தது.”

நாங்கள் போன இடம் பெங்களூரின் பழைய வணிக வட்டாரம். தாத்தா பென்ஷன் தொடர்ந்து வாங்குவதற்கு இரண்டு பேருடைய புகைப்படம் எடுத்து அனுப்ப வேண்டும். பாட்டிதான் திடீரென்று இந்தக் கடையைத் தேடிப் படம் எடுக்க வேண்டும் என்றாள். ரகு ராவுக்கு இந்த வட்டாரம் எல்லாம் தெரியும்.

ஸ்டூடியோவில் முகப்பில் சிறிய அறை இருந்தது. அதையும் தாண்டி படம் எடுக்கும் அறை தெரிந்தது. காலணிகளைக்

கழற்றி விட்டு உள்ளே சென்றோம். சிவப்பு நிற ரெட் ஆக்சைடு சிமென்ட் தரை குளிர்ச்சியாக இருந்தது.

அங்கே ஒரு பக்கம் கொக்கி வைத்த ஜன்னலுக்கு அருகில் பழைய தேக்கு மர மேசையில் ஏகப்பட்ட ஓசையுடன் ஒரு கம்ப்யூட்டர். பாதி பிய்ந்து தொங்கிய முனைகளுடன் ஒரு வயர் நாற்காலியில் ஒரு சிவப்புச் சதுர குஷன். அதன் மேல் ஆழ்ந்து இருந்தவர் ஒரு கணம் நிமிர்ந்து பார்த்துவிட்டு மறுபடியும் மானிட்டரைப் பார்த்தபடி ஒற்றை விரல்களால் அடிக்க ஆரம்பித்தார். மானிட்டர் பின்புறம் புடைத்து மேசையிலிருந்து வெளியே நீட்டியபடி ஓரத்தில் தொற்றிக்கொண்டிருந்தது. நரைத்த நீண்ட தாடி, அடர்த்தியான மீசை, தடித்த கறுப்பு ப்ரேமில் தடித்த கண்ணாடி, முகத்தில் ஒரு செயற்கையான புன்னகைகூட காட்டவில்லை.

ரகு ராவ் “சார்” என்று நீட்டினான். அவர் திரும்பிப் பார்த்து இடது கை ஆள்காட்டி விரலை உதட்டில் மேல் வைத்து கண்களைச் சுருக்கினார்.

நாங்கள் சுவரில் இருந்த படங்களைப் பார்க்க ஆரம்பித்தோம். கொண்டை முடியுடன் மை இட்ட தவழும் குழந்தை, நாற்காலியில் கணவன், மனைவி அருகில் புடைவைத் தலைப்பைப் போர்த்தி நின்றுகொண்டிருக்க, அருகில் ஒரு பூந்தொட்டி, விதான் சௌதா மேகங்களுக்குள் சில்லவுட், காலை சூரியோதயத்தில் பசவங்குடி கோவில் கோபுரம், லால்பாக் பூக் கண்காட்சி வண்ண மயமாக என்று நிறைய இருந்தன. அவர் சுமார் ஏழு நிமிடங்களுக்குப் பிறகு ஏதோ முடித்து விட்டு, ஆனால் திருப்தி இல்லாமல் ம் ஹூம் என்று தலையை அசைத்துக் கடைசியாக ஓங்கி கீபோர்டில் தட்டினார். ஒரு பென் ட்ரைவைப் பிடுங்கி எடுத்தார். நாங்கள்தான் நடுவில் வந்து அவர் தவத்தைக் கலைத்துவிட்டோமோ இப்போது ஏதாவது சாபம் விடக் கூடும் என்று தோன்றியது.

அவர் மறுபடியும் எங்களைப் பார்த்தபடி, “ம்” என்றார்.

ரகு ராவ், தாத்தாவையும் பாட்டியையும் காண்பித்து, “இவங்களுக்கு ஒரு படம் எடுக்க வேண்டுமாம்” என்றான்.

அவர் நெற்றியைச் சுருக்கினார் "படம் எடுக்க இங்கே எதற்கு வந்தீர்கள்?" என்று வாயால் கேட்கவில்லை.

அதற்குள் நான், "இவர்கள் கல்யாணம் ஆன புதிதில் இங்கேதான் வந்து முதல் கலர் படம் எடுத்துக் கொண்டார்களாம்" என்றேன். நான் பாட்டியைப் பார்த்து, "அய்ம்பது வருடங்களுக்கு மேலே இருக்குமா பாட்டி?" என்றேன். பாட்டி "சரியாக அறுபத்து ஆறு வருடங்களுக்கு முன்" என்றாள். அப்போது பாட்டிக்கு வயது கணிசமாகக் குறைந்த மாதிரி தோன்றியது.

ஸ்டூடியோ ஆசாமி முகத்தில் புன்னகை எழும்பியது - மேகங்கள் விலகி ஒரு கணம் சூரியன் தெரிவது போல.

"அப்போது என் அப்பா இருந்திருப்பார்" முதல் முறையாக அவர் பேசினார். முகம் மலர்ந்தது. "அப்போது இந்தப் பேட்டையிலேயே எங்களுடையதுதான் பெரிய ஸ்டூடியோ, நான்கூட விடுமுறை நாட்களில் இங்கேதான் இருப்பேன்."

பாட்டி சந்தர்ப்பத்தை சரியாகப் பயன்படுத்திக் கொண்டார். "ஆமாம் அப்போது நாங்கள் வந்து படம் எடுத்துக் கொண்ட போது, குடை வைத்து லைட்டிங் சரிசெய்தது ஒரு சின்னப் பையன்தான், அது நீங்களாகத்தான் இருந்திருக்க வேண்டும்" என்றாள். இந்த முறை சூரியன் மேகங்களுக்குள் அவசரமாக மறையவில்லை. பாட்டி விடாமல், " உங்கள் அப்பா கூட அதிகம் பேச மாட்டார் என்று நினைவு- எல்லாம் கண்ணாலேயே குறிப்பு, அதிகம் போனால் ம், ம் ஹூம் தான்" என்றாள். தாடிக்காரர் இப்போது நாற்காலியிலிருந்து எழுந்தார். உடல் அசைவில் விறுவிறுப்பு.

"என்ன மாதிரி படம் வேண்டும்?" என்றார்.

தாத்தா ஒரு நாய்க்குட்டி படத்தில் கவனமாக இருந்தார்.

"பென்ஷன் வாங்க புதிய போட்டோ கொடுக்க வேண்டுமாம், நாங்கள் இருவரும் சேர்ந்து இருக்கும் படம், நான்தான் இங்கே வந்து எடுக்க வேண்டும். ஆசைப்பட்டேன்" என்றாள் பாட்டி.

தாடிக்காரர் உற்சாகமாக "சரி உள்ளே வாருங்கள்" என்றார்.

உள் அறையில் இருட்டாக இருந்தது. நுழையும் போதே ஒரு மட்கிய வாசனை. மங்கலான ஒரு லைட் மட்டும் போட்டார். நான் சுற்றிலும் பார்த்தேன். தரையில் வெளுத்துப்போன கார்பெட், அங்கங்கே ஓட்டை.

"படம் எடுக்கும்போது லைட் வரும்" என்று என்னைப் பார்த்தபடி காமிராவை எடுத்து ஏதோ லென்சைத் திருகிக் கொண்டிருந்தார்.

அந்த அறையில் ஒருபுறம் பாதி ரசம் போன கண்ணாடி ஆள் உயரத்தில் இருந்தது. அதற்குப் பக்கத்தில் ஒரு பெரிய பாண்ட்ஸ் பவுடர் டப்பா, சிந்திய பவுடர், கூடவே ஒரு நீள சீப்பு, உதிர்ந்த தலை மயிர்கள். இன்னொரு புறம் திரை போல கறுப்புத்துணி, ஸ்டாண்டில் வெள்ளைக் குடை, ஒரு பக்கம் நைலான் கயிறு கொடி மாதிரி கட்டி இருந்தது, அதில் ஒரு நிறம் வெளுத்த கறுப்புக் கோட்டு தொங்கியது.

தாடிக்காரர் ஒரு மர பெஞ்சு இழுத்து வந்தார். அந்த பெஞ்சு உட்கார்ந்து பழசு ஆனதிலேயே வழவழப்பாக இருந்தது.

"இரண்டு பேரும் இதில் உட்காருங்க" பாட்டி மிக உற்சாகமாக ஆகிவிட்டார்.

"இதே பெஞ்சுதான் என்று நினைக்கிறேன், உங்க அப்பா ஒரே நிமிடத்தில் எடுத்து விட்டார். எங்க வீட்டில ரொம்ப நாள் ப்ரேம் செய்து ஹாலில் மாட்டி இருந்தோம்."

பாட்டி, கையைப் பிடித்துத் தாத்தாவை உட்கார வைத்தார்.

"நான் இந்தப் பக்கம்தான் உட்கார வேண்டும் இல்லையா?" தாடிக்காரர் இது என்ன கேள்வி என்பது போல முறைத்தார்.

"அவரை இங்க பார்க்கச் சொல்லுங்க."

பாட்டி, தாத்தாவிடம் மெதுவாக ஏதோ சொன்னாள். தாத்தா எதையும் புரிந்துகொண்டதாகத் தெரியவில்லை. பாட்டியே அவர் முகத்தை காமிராவைப் பார்க்கும்படியாகத் திருப்பினார்.

தாடிக்காரர் இன்னும் நிறைய விளக்குகளைப் போட்டார். அறை வெளிச்சத்தில் மூழ்கியது. சற்று சூடு வாசனை வந்தது.

அவர் காமிராவில் கோணம் பார்த்து, ஃபோகஸ் சரிசெய்து கொண்டிருந்தார். ஆனால், அவருக்குத் திருப்தி இல்லை. காமிராவை வைத்து விட்டு பாட்டியிடம், "அவரை முகத்தில் ஜீவனுடன் பார்க்கச் சொல்லுங்க" என்றார்.

பாட்டி குனிந்து மறுபடியும் தாத்தாவிடம்,

"உங்களுக்கு ஞாபகம் இல்ல? இங்கதான் நாம வந்து முதல் முதலா படம் எடுத்தோம்."

தாத்தா முகத்தில் சற்று சலனம். ஆனால் எழுந்து போய் விடுவார் போல இருந்தது,

தாடிக்காரர், "பாட்டி, இப்படி முகம் இருந்தால் எனக்கு படம் எடுக்க வராது. மனசு முழுக்க மலர்ந்து முகத்தில் வரவேண்டும்."

★★★

மலர்ந்த முகம்

பாட்டி இப்போது எழுந்தாள். தாத்தாவுக்கு எதிரே இடுப்பில் கையை வைத்துக் கொண்டு பொய்க் கோபத்துடன், "என்ன இது இப்படி அடம்பிடிக்கறீங்க? ஒழுங்கா சிரிச்ச மாதிரி முகத்த வெச்சுக்குங்க" குரலை மாற்றி நைச்சியமாக "இல்லா விட்டால் நான் உங்கள் கூட பேச மாட்டேன்" என்றாள்.

தாத்தாவின் முகம் இளகியது, திடீரென்று, "அப்படிச் சொல்லாதேடி, உன்னை விட்டால் எனக்கு யார் இருக்கிறார்கள்?" என்றார்.

தாடிக்காரர், "தாத்தா அப்படியே கொஞ்சம் சிரிங்க பார்க்கலாம், பாட்டி நீங்க போய் அவர் பக்கத்துல உட்காருங்க" என்றார்.

பாட்டி குனிந்து தாத்தா காதில் ஏதோ சொன்னாள். சொல்லும்போதே முகம் வெட்கத்தில் சற்று சிவந்த மாதிரி இருந்தது. தாத்தாவின் காலரை சரிசெய்துவிட்டு உட்கார்ந்தாள், தாத்தா திரும்பி பாட்டியைப் பார்த்துப் புன்னகைத்து விட்டு இன்னும் நெருங்கி உட்கார்ந்தார். இரண்டு பேர் முகமும் மலர்ந்தன.

ஃப்ளாஷ் ஒலித்தது. தாடிக்காரர் படம் எடுத்தார்.

———

அத்துடன் தாத்தா, பாட்டி, நான், ரகு ராவ், தாடிக்காரர் என்று எல்லோரும் மகிழ்ச்சியாகச் சிரிக்க சுபம் என்று முடிந்திருக்கலாம்.

★★★

1972 சென்ட்ரல் சிவில் சர்வீஸ் பென்ஷன் விதி

பாட்டி எழுந்தாள். தாத்தாவுக்கு எதிரே இடுப்பில் கையை வைத்துக் கொண்டு பொய்க் கோபத்துடன் "என்ன இது இப்படி அடம் பிடிக்கறீங்க? ஒழுங்கா சிரிச்ச மாதிரி முகத்த வெச்சுக்குங்க" குரலை மாற்றி நைச்சியமாக "இல்லாவிட்டால் நான் உங்கள் கூட பேச மாட்டேன்" என்றாள்.

தாத்தாவின் முகம் இன்னும் இறுகியது. உரத்த குரலில் "போடீ" என்றார். இல்லாவிட்டால் அவர் எழுந்து போய் விடுவார் போல இருந்தது.

தாடிக்காரர் பார்த்தார், "பாட்டி நீங்க வெளியில போய்ச் சற்று நேரம் இருங்க, ரெண்டு பேரையும் தனித் தனியாக எடுக்கறேன்."

நான் "சேர்ந்து எடுக்க வேண்டும் இல்லையா?" தாடிக்காரர் தேவை இல்லை என்பது போல கை அசைத்தார். பாட்டி

கோபத்துடன் ஏதோ சொல்லிவிட்டு வேகமாக வெளியே சென்றாள். தாடிக்காரர், "தாத்தா இப்ப நல்லா சிரிங்க" என்றார்.

தாத்தா முகம் மலர்ந்தது.

தாடிக்காரர் என்னிடம் திரும்பி இப்போது பார்த்தாயா என்பது போலப் பெருமையாகப் பார்த்தார். "அவங்களையும் தனியா எடுத்துட்டு, டிஜிடலாகச் சேர்த்து விடுவேன்" என்றார்.

தாத்தா தெளிவாக, "அவசியம் இல்லை, தனித் தனியாகப் படம் கொடுக்கலாம். இதுக்குத்தான் கவர்ன்மென்ட் சர்குலரில் சி சி எஸ் 1972 சென்ட்ரல் சிவில் சர்வீஸ் பென்ஷன் விதிகளின்படி தனியாகவும் படம் அனுப்பலாம் என்று ஒரு விளக்கம் அனுப்பினார்கள். அவர்களுக்குத் தெரியாதா இதுபோலத் தேவை வரும் என்று ? வாத்வானி அப்படின்னு ஒரு டெபுடி செக்ரெடரி கை எழுத்துப் போட்டு அனுப்பி இருந்தான்," என்றார்.

"நீங்க எடுங்க" என்று அழகாக போஸ் கொடுத்தார்.

ஃப்ளாஷ் ஒலித்தது. தாடிக்காரர் படம் எடுத்தார்.

தாத்தா மறுபடியும், "ஒட்ட வைக்க வேண்டியதில்லை" என்றார்.

பதாகை, நவம்பர் 2021

ராஜ்யோத்சவா

“ஒன்றரை ஆகும்” என்றான் ரகு ராவ்.

“லட்சமா?” என்றேன் நம்ப முடியாமல். நாங்கள் ஆனந்துடைய சைக்கிளைப் பார்த்து வியந்துகொண்டிருந்தோம். “ஒரு செகண்ட் ஹாண்ட் கார் வாங்கி விடலாம் போல இருக்கிறதே.”

சைக்கிள் பளபளப்பாகக் கூட இல்லை. உடனே எனக்கு அதைத் தொட்டுப் பார்க்கவேண்டும் போலத் தோன்றியது. அதை சைக்கிள் என்று சொல்வது தவறு. பைக் என்றுதான் சொல்ல வேண்டுமாம்.

“கார்பன் ஃபைபர் ஃப்ரேம்” என்று தட்டிக் காண்பித்தான் ரகு ராவ்.

“இது அமெரிக்காவிலிருந்து இம்போர்ட் செய்த மாடல், ஆறு மாதம் காத்திருந்து வாங்கியது” என்றான்.

“சுந்தர் புது எம் டி பி வாங்கி இருக்கிறான்” என்று காட்டினான். அங்கே மோட்டார் பைக் போல தடிமனான டயருடன் ஒரு சைக்கிள் இருந்தது. அது பார்ப்பதற்கு அவ்வளவு அழகாக இல்லை. உருவ அமைதி இல்லாமல் வளர்ந்த சில மனிதர்கள் போல இருந்தது.

“இப்போது நாம் ஹைவேயில்தானே போகிறோம்? மலை ஏறப் போவதில்லையே? மவுன்டன் பைக் எதற்கு?”

“சார், இதெல்லாம் ஓட்டும் அனுபவத்திற்காக. ஓட்டினால் மனம் பூமியிலிருந்து விடுதலை அடைந்து மேலே மிதக்கும், ஒரு புதிய அடையாளம் கிடைக்கும்.”

அப்படித்தான் பேச்சு சென்ற மாதம் ஆரம்பித்தது. நான் அலுவலகத்தில் வேலைப் பளுவில் சிக்கித் தாங்க முடியாத மன உளைச்சலில் இருந்தபோது ரகுதான் சொன்னான்.

“சார், நீங்க கொஞ்சம் ரிலாக்ஸ் செய்துக்கணும். வீட்டுல பொழுது போக என்ன செய்வீங்க?”

“அடப் போப்பா, ஆபீஸிலிருந்து வீட்டுக்குப் போகவே ராத்ரி ஆயுடுது, பிறகு ஏது நேரம்?”

புதிய பாஸ் வந்ததிலிருந்து தினமும் இரவு வெகுநேரம் ஆகிவிடுகிறது. அவர் வந்த முதல் நாளே எனக்கு நேரம் சரி இல்லை. மதிய உணவுக்குப் பிறகு சற்று சோம்பேறித்தனமாக எதையோ படித்துக்கொண்டிருந்தபோது, “என்ன ரிப்போர்ட் இது? இது நீங்கதான் எழுதினீங்களா?” எனது மேசைக்கு அருகில் நின்றுகொண்டு, முகத்துக்கு எதிரே ரிபோர்டை காண்பித்து, குரலை உயர்த்திக் கேட்டார்.

நான் உட்கார்ந்திருந்த பெரிய அறையில் கூடவே இருந்த பதினேழு பேரும் வேலையை நிறுத்திவிட்டு என்னைப் பார்ப்பதாக நினைத்துக் கொண்டேன்.

பழைய பாஸ் இருக்கும்போது ரிபோர்ட் எல்லாம் ஒப்புக்குத்தான். எல்லாமே பேசி விளக்கினால் போதும்.

“ஒரு நாலு பக்கம் கோர்வையாக எழுதக்கூட தெரியாதா உங்களுக்கு?” என்னை யாரும் இதுவரை இப்படிக் கேட்டதில்லை.

“சாரி சார், நாளைக்கு வேற ரிப்போர்ட் எழுதித் தருகிறேன்.”

“என்ன ஒரு மோசமான வேலை! இப்போதே உட்கார்ந்து எழுதுவது நல்லது.”

அவர் போனதும் ஒரு பாட்டில் தண்ணீரைக் குடித்தேன்.

ரகுதான் வந்து, "சார், உங்களை மட்டும் அவர் தனியாகத் திட்டவில்லை, எல்லோருக்கும் இதேதான் நிலைமை" என்றான் சிரித்துக்கொண்டே.

எனக்கு ஜனவரியில் ப்ரமோஷன் வரவேண்டும். நாள் முழுவதும் அதே கவலையாக இருந்தது. இரவுத் தூக்கமும் சரியாக இல்லை.

"சார், கவலப்படாதீங்க, மனசு ரிலாக்ஸ் ஆனா, நீங்க செய்யற வேலையும் தானாக எளிதாக இருக்கும்."

"ஆமாம், நான் கூட ஒரு காலத்தில் ஆசிரமத்துக்குச் சென்று கொண்டிருந்தேன். சுவாமிஜியின் உரைகள் ஆசுவாசமாக இருந்தன."

"யாரு? போன வருஷம் பெண்கள் விவகாரத்துல மாட்டிக்கிட்டாரே அவரா?"

"ஆமாம், அதற்குப் பிறகு போவதில்லை, இப்ப எல்லாம் அப்பப்ப சீரியல், படம் பார்க்கிறதோட சரி."

"சார், அதெல்லாம் போதாது. ஏதாவது ஓடி ஆடி விளையாடினால் நல்லது."

"நான் முன்னலாம் தினமும் ஷட்டில் விளையாடுவேன், கொரோனா ஆரம்பிச்சுது, இப்ப எல்லாம் போச்சு."

"சார், எப்ப எல்லோரும் சைக்கிள் ஓட்டறாங்க, நானும் ஆறு மாசமாய்த்தான் ஓட்டறேன். ஓட்ட ஆரம்பிச்சா, மனசு மிதக்க ஆரம்பிக்கும். அதுவே ஒரு யோகா மாதிரி அனுபவம். நிறுத்தவே மனசு வராது, நாள் முழுவதும் புத்துணர்ச்சியா இருக்கும். இப்ப நாங்க வார இறுதி நாட்களில் நீண்ட தூரம் ஓட்ட ஆரம்பித்து விட்டோம். ஒரு தடவை எங்களோட வாங்க" என்றான்.

இப்படியாக நான் சைக்கிள் ஓட்ட ஆரம்பித்திருந்தேன். பெங்களூரில் திடீரென்று எல்லோரும் சைக்கிள் ஓட்ட ஆரம்பித்திருந்தார்கள் என்று தெரியவந்தது. காலை வேளைகளில்

நிறையப் பேர் சைக்கிளில் சுற்றுவதை அப்போதுதான் கவனித்தேன். சைக்கிளில் செல்வது ஏழை எளிய மக்களுக்கு என்பது போய், பளபளப்பான டீ-ஷர்ட்களில் நிறையப் பேர் ஓட்டிக்கொண்டிருந்தார்கள். லாக் டவுன் முடிந்த பிறகு அலுவலகத்துக்குக் கூட நிறையப் பேர் சைக்கிளில் செல்ல ஆரம்பித்திருந்தார்கள். சாலைகள் பெரும்பாலும் காலியாக இருந்ததும் வசதியாக இருந்தது. நானும் என்னுடைய மகன் உபயோகித்த பழைய சைக்கிளைத் துடைத்து எண்ணெய் போட்டு வீட்டுக்குப் பக்கத்திலேயே ஓட்ட ஆரம்பித்தேன்.

இந்த ஆண்டு நவம்பர் 1-ம் தேதி திங்கள் கிழமை. வழக்கமாக இப்படி மூன்று நாள் விடுமுறை வந்தால், வெளி ஊருக்குச் சுற்றுலா கிளம்பிவிடுவோம். கொரோனாவுக்குப் பிறகு வெளியூர்ப் பயணம் எல்லாம் நின்றுபோய் விட்டது. திடீரென்று ரகுராவ்தான் என்னை நீண்ட தூர ரைடுக்கு இழுத்தான்.

“சார், நாங்கள் எல்லோரும் ராஜ்யோத்சவாவுக்கு நந்தி மலைக்குப் போகிறோம், நீங்களும் வாருங்கள்...”

“இல்ல ரகு, வீட்டில பாத்ரூம் ரிப்பேர் செய்ய வேண்டும், ஆள் வரச்சொல்லி இருக்கிறேன்.”

“சார், அதெல்லாம் அப்புறம் பார்த்துக்கொள்ளலாம், நீங்க வாங்க சொல்றேன்.”

“இல்ல ரகு, வேலை இருக்குது, மாதாந்திர ரிப்போர்ட் எழுதி முடிக்கணும், இன்னும் பாதி கூட ஆகவில்லை. நாளைக்குக் காலை தயாராக இல்லை என்றால், என் ப்ரமோஷன் போச்சு.”

“சார், அதெல்லாம் சாயங்காலம் வந்து எழுதுங்க, ஒரு தடவை வந்தால் பிறகு விடவே மாட்டீங்க.”

“ரகு, அவ்வளவு தூரம் எல்லாம் எனக்கு ஓட்டிப் பழக்கம் இல்லை, முடியாது” என்றேன்.

“சார், நீங்க வீட்டுக்குப் பக்கத்துல சின்னச் சின்ன ரோடுல போனால், அது ஓட்டறதே இல்லை, ஒரு தடவை எங்க கூட வாங்க அப்பதான் பைக் ரைடு என்றால் என்ன என்று

தெரியும். அது ஒரு சுதந்திர அனுபவம், வானத்தில் பறப்பது போல இருக்கும்” என்றான். அரைகுறையாகச் சரி என்பது போலச் சொன்னேன்.

பத்து கிலோமீட்டர்தான் என்னுடைய அதிகபட்ச சாதனை, ரகு ராவிடம் எவ்வளவு கிலோமீட்டர் என்ன எடுத்துச் செல்ல வேண்டும் என்று கேட்டேன்.

“சார், குழுவாகச் சென்றால் தூரம் ஒரு கணக்கே இல்லை. இரண்டு பாட்டில் தண்ணீர், கொஞ்சம் க்ளுக்கோஸ், வாழைப்பழம், கடலை மிட்டாய் என்று களைப்புக்கு உடனடி சக்தி அளிக்கும் உணவு அவ்வளவுதான்” என்றான்.

“திரும்பி வர எவ்வளவு நேரம் ஆகும்? நான் ரிப்போர்ட் எழுதி முடிக்க வேண்டும், இல்லாவிட்டால் காலையில் பாஸிடம் திட்டுதான்.”

“ஸார், நீங்கள் மாலை நான்கு மணிக்குள் வீட்டுக்கு வந்து விடலாம். வந்து சற்று ஓய்வு எடுத்துக் கொண்டால், பிறகு எந்த வேலையும் மனம் ஒன்றிச் செய்ய முடியும்.”

“என்னவோ ரகு, நீ இவ்வளவு வற்புறுத்தறதுனால வரேன், வந்து வேலையை முடிக்கணும்.”

காலை ஐந்து மணிக்கு ரகு மற்றும் நண்பர்களுமாக அவனுடைய காருடன் எங்கள் வீட்டுக்கு வந்து விட்டான். காரில் பின்பக்கத்தில் சைக்கிள்களை ஆடாமல் கட்டிவைத்துக் கொண்டு கிளம்பினோம்.

ஹெப்பால் ஃப்ளையோவர் அருகே ஏர்போர்ட் ரோடு ஆரம்பிக்கும் இடத்தில் நூற்றுக்கணக்கானவர்கள் பைக்குடன் வந்திருந்தார்கள். எல்லோரும் சைக்கிள் ஓட்டுவதற்கான உடை. உடலுடன் ஒட்டிய பளபளப்பான அரைக்கால் பேன்ட், மேல் சட்டை, கண்ணாடி, தலைக் கவசம், கைகளில் உறைகள் என்று சினிமாப் பாடல் காட்சிக்குழு மாதிரி இருந்தது. அவ்வளவு இறுக்கமாக உடை இருக்க வேண்டுமா என்று எனக்கு சந்தேகமாக இருந்தது. அந்தக் கூட்டத்தில் தொளதொளப்பான

ட்ராக் பேண்டும் டீ ஷர்ட்டுமாக நான் மட்டும்தான் இருந்தேன். அது பெங்குவின் கூட்டத்துக்கு நடுவே ஒரு மனிதன் போல இருந்தது. வண்ணப் பெங்குவின்கள்.

காலை ஆறு மணிக்கு ஹெப்பாலிலிருந்து கிளம்பினோம். அங்கங்கே ராஜ்யோத்சவத்துக்காகப் புதிதாகக் கொடி மரம் நடப்பட்டிருந்தது. மஞ்சளும் சிவப்புமான கர்னாடகத்தின் கொடி கயிறுகளில் குறுக்கும் நெடுக்குமாகக் கட்டிப் பறந்து கொண்டிருந்தது. ஆட்டோ ட்ரைவர்கள் காலையிலேயே குளித்து, சீருட அணிந்து விழாக் கொண்டாட்டத்துக்கு ஏற்பாடுகள் செய்து கொண்டிருந்தார்கள். ராஜ்யோத்சவா என்பது பழைய மைசூர், மதராஸ் ப்ரெசிடென்சி மாகாணங்களிலிருந்து 1956-ல் கர்னாடகா என்ற பெயருடன் தனி மாநிலம் ஆன நாளைக் கொண்டாடும் விழா இது. பெங்களூருக்கு வந்த புதிதில் இது விசித்திரமாக இருந்தது. நாடு விடுதலை தினம் கொண்டாடுவதைப் பார்த்திருக்கிறோம்.

ரகுராவிடம்தான் கேட்டேன்.

“நாட்டுக்கு சுதந்திர தினம் கொண்டாடுவோம், இதென்ன மாநிலத்துக்கு சுதந்திர தினமா?”

“சார், எங்களுக்கு ஒரு அடையாளம் கிடைத்த நாள், கொண்டாட வேண்டியது அல்லவா?”

இந்த ராஜ்யோத்சவா விழாவுக்கு சில எழுதப்படாத விதிமுறைகள் உண்டு. முதலில் கொடி. மஞ்சளும் சிவப்புமான கொடி. அது கம்பத்தின் மேல் மட்டும் இல்லை, தெருவுக்குக் குறுக்கே கயிறு கட்டித் தொங்கும். ஸ்கூட்டர், ஆட்டோ, கார், பஸ் என்று எல்லா வாகனங்களிலும் இருக்கும். அரசாங்க வாகனம் மட்டும் இல்லை, நிறைய பொது மக்களும் கொடி கட்டிக்கொண்டு திரிவார்கள். தெருமுனைகளில் கொடிக்கம்பத்துக்குக் கீழே புவனேசுவரியின் படம் இருக்கும். பாரத ஜனனிய தனுஜாதே, கர்னாடக மாதே, கன்னட நுடி என்று பாடல்கள் அலறும். அப்படிப்பட்ட ராஜ்யோத்சவா நாளில் நாங்கள் கிளம்பி இருந்தோம்.

பைக்கில் ஏறும்போதுதான் ரகு என்னிடம் கேட்டான்.

"கொடி எங்கே? கொண்டு வரவில்லையா?"

"என்ன கொடி, நீ சொல்லவில்லையே."

"ராஜ்யோத்சவா ரைடுக்குக் கொடி அவசியம் வேண்டும்."

நான் பையைக் காண்பித்து, "இதோ பார்... நீ சொன்னபடி தண்ணீர், வாழைப்பழம், க்ளூக்கோஸ் எல்லாம் கொண்டு வந்திருக்கிறேன், கூடவே கீழே விழுந்து சிராய்த்தால் இருக்கட்டும் என்று களிம்பு கூட கொண்டு வந்திருக்கிறேன்" என்றேன்.

"ஸாரி, நான் சொல்ல மறந்து விட்டேன். பரவாயில்லை, போகும் வழியில் எங்காவது வாங்கிக் கொள்ளலாம்."

அப்போதுதான் நான் கவனித்தேன், எல்லா பைக்களிலும் சிறிய கொடி வைத்துக் கட்டி இருந்தார்கள். என்னைத் தவிர.

எங்கள் பேச்சைக் கவனித்துக்கொண்டிருந்த நாகணா என்று அழைக்கப்படும் நாகேஷ்ராவ் அருகில் வந்தான்.

"லோ நன் மகனே (அடேய் என் மகனே), உனக்கு கன்னடமும் பேச வராது, கொடியும் இல்லை, போகும் வழியில் எவனாவது நிறுத்திக் கேட்டால் என்ன சொல்லுவாய்?" என்று நாடகத்தனமாக கைகளை ஆட்டிக் கேட்டான்.

"கொத்தில்லா" என்றேன் அலட்சியமாக.

"நாகணா... மகனே, நீ உயிருடன் திரும்பிப் போக வேண்டுமானால் மரியாதையாக முதலில் ஒரு கொடியை வாங்கி பைக்கில் கட்டு, இல்லாவிட்டால் உன் பாதுகாப்புக்கு நாங்கள் பொறுப்பு இல்லை" என்றான்.

நாகணா ஒன்றும் இல்லாததைப் பெரிதுபடுத்துவான், நான் அவன் சொன்னதை அவ்வளவு தீவிரமாக எடுத்துக் கொள்ளவில்லை.

ரகு, "அதெல்லாம் போகிற வழியில் பார்த்துக் கொள்ளலாம்" என்றான்.

நாகணா மறுபடியும், “உங்களுக்கு நல்லதனமாகச் சொன்னால் புரியாது, வழியில் சமரஹள்ளி இருக்கிறது. கெம்பே கௌடா பெங்களூர் உருவாக்கியபோது, நகரக் காவலுக்கு இங்கிருந்துதான் வீரர்கள் சென்றார்களாம். இப்போதும் இங்கே கன்னட வீரப்படை என்று ஒரு குழு இருக்கிறது. மிக விமர்சையாக, நூறு அடி கொடிக்கம்பம் நட்டு விழா கொண்டாடுவார்கள். சற்று வலதுசாரிக் குழு” என்றான்.

எனக்குக் கவலை பற்றிக் கொண்டது.

“இங்கே மாலில் கொடி கிடைக்குமா?” என்று எதிர்ப் பக்கம் பார்த்தேன். அங்கே இருபத்து நான்கு மணியும் திறந்திருக்கும் மெக் டொனால்ட்சைத் தவிர வேறு எந்தக் கடையும் திறந்த மாதிரி இல்லை.

ரகுராவ், “ஏலஹங்காவில் கிடைக்கும்” என்றான்.

நாகணா “ஹைவேயில் எந்தக் கடையும் இல்லை, நாம் உள்ளே போகப்போவது இல்லை, உனக்காக வழி மாற்ற முடியாது” என்றான்.

“சார், நீங்கள் நடுவில் வாருங்கள். பார்த்துக்கொள்ளலாம்” என்றான் ரகுராவ்.

நான் பைக்கில் ஏறி அமரும்போதே கைகள் நடுங்கின. வீரப்படை பற்றி அடிக்கடி செய்திகள் வரும். வடக்கே மஹாராஷ்டிரத்துடன் எல்லைத் தகராறு, தமிழ்நாட்டுடன் காவிரி நீர் தகராறு என்று எல்லாப் போராட்டங்களும் வன்முறையாக நடத்துபவர்கள்.

கிளம்பும்போது மறுபடியும் நாகணா என்னை எச்சரித்தான். சொல்லுவதைப் பார்த்தால், என்னைக் கொடிக்கம்பத்தில் கட்டிவைத்து அடிப்பார்கள் போல இருந்தது. போகும் வழி எல்லாம் நான் எங்கே கொடிக்கம்பம் தெரிகிறது, எங்கே கூட்டமாக இருக்கிறார்கள் என்று கவனமாக இருந்தேன்.

திடீரென்று எல்லோரும் வேகத்தைக் குறைத்தார்கள். ரகுராவ், “காலை உணவு நேரம். இங்கே தோசை அருமையாக இருக்கும் என்றான்”

நான் அப்போதுதான் நாங்கள் ஒன்றரை மணிநேரமாக ஓட்டி வந்திருக்கிறோம் என்று உணர்ந்தேன். ஏதோ ஒரு சாகர் என்று ஒரு சிறிய உடுப்பி ஹோட்டல். வட கிழக்கு மாநிலத்தான் ஒருவன் பெரிய கல் முழுக்க வரிசையாக தோசைக்கு நெய் தெளித்துக் கொண்டிருந்தான். கையேந்தி பவன் வகைதான். நிறைய சைக்கிள்கள், கார்கள் எல்லாம் நின்றிருந்தன. எல்லா வண்டிகளிலும் கொடி. நான் சுற்றிலும் எவனாவது தீவிர கட்சிக்காரன் மாதிரி தெரிகிறானா என்று கவனமாகப் பார்த்தேன்.

“என்ன, தோசை எப்படி? இந்த மாதிரி ருசி, மணம் நகரத்துக்குள் கிடைக்காது” என்றான் ரகு.

“அப்படியா? சமரஹள்ளி எவ்வளவு தூரம்?” என்றேன்.

“சார், இந்த நாகணா இப்படித்தான் எதையாவது கிளப்பி விடுவான், நீங்க நடுவில வாங்க” என்றான் ரகு. இருந்தாலும் எனக்கு பயமாக இருந்தது.

சாலை ஒரு பெரிய வளைவாகச் சென்றது திரும்பிய பிறகுதான் கொடிக்கம்பத்தையும் கூட்டத்தையும் பார்த்தேன். நடுவில் இருந்த நான் மட்டும் பைக்கை நிறுத்த முடியவில்லை, ஒரு நிமிடத்தில் நாங்கள் அந்தக் கூட்டத்துக்கு அருகே இருந்தோம். அவர்கள் கைகாட்டி எங்களை நிறுத்தச் சொன்னார்கள்.

ரகு அருகே வந்து, “ஒன்றும் இல்லை, ஏதாவது டொனேஷன் கேட்பார்கள், நீங்கள் நடுவிலேயே இருங்கள்” என்றான். அப்படித்தான் ஆரம்பித்தது. சிலர் கையில் ரசீது புத்தகத்தை எடுத்து பணம் கேட்டார்கள்.

“ஒரு நூறு ரூபாய் கொடுத்து விடுங்கள், வாங்கிக் கொண்டுபோய் விடுவார்கள்” என்றான் ரகு.

“நூறு என்ன இருநூறே கொடுக்கிறேன், கொடி இல்லை என்று தகராறு செய்யாமல் விட்டால் சரி” என்றேன்.

நெற்றியில் பெரிய குங்குமமும் தொங்கு மீசையுமாக ஒருவன் வந்து என்னிடம் ரசீது புத்தகத்தை நீட்டினான். இருநூறு

ரூபாயை நன்றியுடன் வாங்கிக் கொண்டு அடுத்து யாரிடமாவது போயிருக்க வேண்டும். அதுதான் இல்லை.

என்னுடைய பைக்கைப் பார்த்து “கொடி எங்கே?” என்றான். அதற்குள் ரகு என் உதவிக்கு வந்தான். என்னைப் பேசாதே என்று சைகை செய்தான்.

“அதான் நாங்க எல்லோரும் கொடி வெச்சிருக்கிறோமே.”

“அதெல்லாம் சரி, இவரிடம் மட்டும் ஏன் இல்லை? அவரையே பேசச் சொல்.”

நான் அவசரமாக, “எனக்குத் தெரியாது, இல்லாவிட்டால் எடுத்து வந்திருப்பேன்” என்று சொன்னேன். ஆங்கிலத்தில்.

“பெங்களூர் வந்து எவ்வளவு வருடம் ஆகிறது, இன்னும் கன்னடா பேச வராதா?”

ரகு ராவ் உதவிக்கு வந்தான் “அப்படி இல்லை, வரும்போது எல்லா இடத்திலும் தேடினோம், எங்கேயும் கொடி கிடைக்கவில்லை.”

அதற்குள் அடுத்து ஒரு மோட்டார் பைக் குழு வருவது தெரிந்தது. தொங்கு மீசைக்காரன் அவர்களிடம் வசூலிக்கக் கிளம்பினான்

“மரியாதையாகக் கொடி வாங்கி சைக்கிளில் கட்டுங்கள், இல்லா விட்டால் இந்தச் சாலையில் திரும்பிப் போகவிட மாட்டோம்” என்று என்னை முறைத்துவிட்டு நகர்ந்தான்.

நாகணா அருகில் வந்து, “நான் கிளம்பும்போதே சொன்னேனா, இப்போது அனுபவி” என்றான்.

அடுத்த கிராமத்தில் இருந்த கடைகளில் விசாரித்தோம். கிடைக்கவில்லை. ஹைவேயிலிருந்து உள்ளே சென்றால், தொட்டபள்ளாபூரில் கிடைக்கும் என்றார்கள். நாங்கள் போக வேண்டிய வழி வேறு. ரகுராவ் “ஸார், பார்த்துக்கொள்ளலாம், நாம திரும்பி வரும்போது இவங்க எல்லாம் லஞ்ச் சாப்பிடப் போய்விடுவார்கள்” என்றான்.

நாகணா, "அப்படி எல்லாம் நினைத்து மகிழ வேண்டாம், இப்படித்தான் போன வருஷம் மைசூர் ரோடில மண்ட்யா பக்கத்துல ஒரு கார்" என்று ஆரம்பிக்க, ரகு ராவ் அவனை நிறுத்தினான்.

"மண்ட்யா பக்கத்துல என்ன ஆச்சு?" என்ற என்னுடைய கேள்விக்கு ரகுராவ் நாகணாவை முறைத்தான்.

நான் போகும் வழி முழுவதும் ஏதாவது கடை தெரிகிறதா, கொடி இருக்கிறதா என்று பார்த்தேன். நாங்கள் நந்தி மலை அடிவாரத்துக்கு வந்திருந்தோம். மேலே செல்வதற்கு அனுமதி இல்லையாம், போலீஸ் பாதுகாப்பு போட்டிருந்தார்கள், வழி அடைத்திருந்தது. மலையைச் சுற்றி வரலாம், எல்லாம் சேர்ந்து நூறு கிலோமீட்டர் ஆகும் என்றார்கள்.

நான் போலீஸ்காரரிடம் பக்கத்தில் எங்காவது கொடி கிடைக்குமா என்று ரகுவை விசாரிக்கச் சொன்னேன். அவர்களுக்கும் தெரியவில்லை.

ரகுராவ், "இது மிக அருமையான வழி, இயற்கை அழகு ரசிக்க வேண்டும், நிதானமாகத்தான் போவோம், வாருங்கள்" என்றான். நான் ஏதாவது கிராமம் உண்டா, கடை இருக்குமா என்று கூகிள் மேப்பில் தேடினேன். நடுவில் ஒரு இடத்தில் சாலை மிக ஏற்றமாக இருந்தது. இறங்கித் தள்ள வேண்டியதாயிற்று.

ரகுராவ் "சார், நானும் முதல் முறை வந்தபோது, இப்படித்தான் தள்ளினேன், இன்னும் இரண்டு தடவை வந்தால் நீங்களும் ஓட்டுவீர்கள்" என்றான்.

"நீ எப்போதாவது கொடி இல்லாவிட்டால் திரும்பிப் போக விடாத முரடர் கூட்டத்தில் சிக்கிக்கொண்டிருக்கிறாயா?" என்று குரலை உயர்த்தினேன்.

ஒருவழியாக மலையைச் சுற்றி வந்துவிட்டோம்.

ரகுராவ் "சார் பாதி தூரம் ஆகிவிட்டது, இன்னிக்கு நீங்க சென்சுரி ரைடுதான் அதைக் கொண்டாடலாம்" என்றான்.

ரகு "அந்தத் தொங்கு மீசை ஆளிடமிருந்து மட்டும் என்னைக் காப்பாற்றி விடு, உனக்குக் கோடி புண்ணியம்" என்றேன்.

நாகணா நடுவில் வந்து வேறு வழியாகத் திரும்பலாமா என்று கேட்டான். என்னைத் தவிர வேறு யாரும் கேட்டுக் கொள்ளவில்லை. கிளம்பினோம். எனக்கு சற்று கை கால்கள் நடுக்கமாக இருந்தன. ரகு ராவ் என்னை நடுவில் வரச் சொன்னான். சமரஹள்ளி திருப்பத்துக்கு அருகில் வரும்போதே எனக்கு உதறல். சாலை அருகே கூட்டம்.

"நாம் வேகமாக அந்தப் பக்கம் போய்விடலாமா?"

"முடியாது சார், வாங்க பார்க்கலாம்."

கூட்டமாக அவர்கள் வந்தார்கள். தொங்கு மீசை என்னைப் பார்த்து விட்டான், என்னுடைய பைக்கில் இப்போதும் கொடி இல்லை. கையைக் காட்டி மறித்து, நேராக என்னிடம் வந்தான்.

ரகு ராவ் "நாங்க வழியில் எல்லா ஊரிலயும் நிறுத்தி, கொடி கிடைக்குமான்னு பார்த்தோம், எங்கயுமே கிடைக்கல."

நான் என்னைக் கட்டிப்போட ஏதாவது கயிறு வைத்திருக்கிறானா என்று பார்த்தேன்.

"உங்களுக்கும் கிடைக்கவில்லையா? வரவங்களுக்குக் கொடி கொடுக்கலாம்னுட்டு நானும் தேடி அலஞ்சேன், எங்கயும் கிடைக்கல, சரி போங்க, அடுத்த முறை கொடி இல்லாமல் வராதீங்க, ஜெய் கர்னாடகா!" என்றான். நானும் குரலை உயர்த்தி, "ஜெய் கர்னாடகா" என்றேன் முகத்தைத் துடைத்துக் கொண்டு, தண்ணீர் குடித்து, பெருமூச்சு விட்டேன்.

திரும்பும் வழி மிக அழகாக இருந்தது. ரகுவிடம் நிறுத்தி தோசை சாப்பிடலாமா என்றேன். சாப்பிட்டோம். வெந்தய மணத்துடன் அருமையான தோசை. ரகுராவ் சொன்னபடி வீட்டுக்கு நான்கு மணிக்கு வந்து சேர்த்து விட்டான். நான் தான் மாலையில் அலுவலக வேலையைச் செய்யவில்லை.

யாவரும், ஏப்ரல் 2022

மாயா

“சார், கார்லுக்கு நம்ம பிலிப்பைன்ஸ் அலுவலகத்திலிருந்து கோபி லுவாக் என்ற காபி வரவழைக்க வேண்டும்” என்றான் ரகுராவ்.

“என்னது? நம் ஊரில் கிடைக்காத காபியா? உள்ளூர் காபி பிடிக்காது என்றால் ஸ்டார்பக்ஸ் காபி வர வழைக்கலாம்” என்றேன்.

“சார் அவர் அந்தக் காபிதான் சாப்பிடுவாராம் . அது என்ன சிறப்பு தெரியுமா, புனுகுப் பூனை உண்ட காபிப் பழங்கள் செரித்து, கழிவில் வெளியே வரும் கொட்டைகளிலிருந்து தயாரிக்கப்படுவது. ஒரு கிலோ காபிக் கொட்டை ஆயிரம் டாலருக்கு மேல் விலை.”

நான் முகம் சுளித்தேன்.

“தலை எழுத்து, கழிவுக் காபி, அந்தக் கழிவை நாம் வெளி நாட்டிலிருந்து வரவழைக்க வேண்டும்.”

நாங்கள் கார்ல் ஷ்மிட் என்கிற எங்களுடைய பன்னாட்டு நிறுவனத்தின் உலக சி இ ஓ வின் வருகைக்குத் தயார் செய்து கொண்டிருந்தோம். அவர் சுமார் நான்கு வருடங்களுக்கு

ஒரு முறை இந்தியா மற்றும் சில ஆசிய நாடுகளுக்கு வருகை புரிவார். நம் பிரதமர் நாகாலாந்து, அந்தமான் என்று விஜயம் செய்து அங்கே பழங்குடியினருடன் நடனம் ஆடி படம் எடுத்துக்கொள்வதைப் போல. நான் எங்கள் கம்பெனியின் இந்தியத் தலைவராக ஆன பிறகு கார்ல் முதல் வருகை. ஒரு தவறும் இல்லாமல் கவனித்துக்கொள்ளவேண்டும். சென்ற முறை கார்ல் வந்தபோது, நடந்த சிறு சம்பவத்தினால் பெரிய பின்விளைவுகள் ஆயின. அவர் தங்கிய ஐந்து நட்சத்திர ஹோட்டலில் நிறைய மரம் செடிகள் இருந்தன. இரவு ஜன்னலைத் திறந்து வைத்ததில் அவருடைய படுக்கையில் ஏதோ ஒரு பூச்சி வந்து அவரைப் பயமுறுத்திவிட்டது. எனக்கு முன்பு இந்தியத் தலைவராக இருந்தவர் திடீரென்று இங்கிருந்து ஆப்பிரிக்காவுக்குப் பணி மாற்றம் செய்யப்பட்டதற்கு அதுவும் ஒரு காரணம் என்று பேசப்பட்டது.

எல்லா ஏற்பாடுகளையும் ரகுதான் கவனித்துக்கொண்டான். ரகுதான் சரியான ஆள்.

என்னை, “சார் இன்றைக்குத் தொண்டை சற்று சரி இல்லை போல இருக்கிறதே, எதற்கும் வென்னீரே குடியுங்கள், நாளை டெல்லியில் உங்கள் பேச்சு இருக்கிறது” என்று கவனித்துக் கொள்ளுவான்.

“சார், அடுத்த மாதம் உங்களுடைய மனைவி பிறந்த நாள், காலண்டரில் மீட்டிங் எதுவும் இல்லாமல் வைத்திருக்கிறேன், எம் ஜி ரோடில் புதிய நகைக்கடை திறந்திருக்கிறார்கள். வைர நகைகள் எல்லாம் பாம்பே டிசைன்” என்று நினைவுபடுத்துவான்.

என்னை மட்டும் இல்லை, எங்கள் கம்பெனி டைரக்டர்கள், விருந்தாளிகள், எங்கள் தலைமை அலுவலகத்திலிருந்து மத்திய ஆடிட் குழு என்று முக்கியமான யார் வந்தாலும், அவர்களை மிகக் கவனமாகப் பார்த்துக் கொள்ளுவான்.

நான் இதுவரை கார்லை இரண்டு முறைதான் நேரில் பார்த்துப் பேசி இருக்கிறேன். அதுவும் மிகக் குறைவான நேரம் மட்டுமே. கார்ல் ஆறு அடி உயர ஜெர்மன். முகத்தில் முதலில் பெரிய மூக்குதான் தெரியும். எப்போதும் தீவிரமாக

நெற்றியைச் சுருக்கிக்கொண்டு யோசிப்பவர், ஏதாவது எங்களிடம் பேசும்போது கண்ணாடி மூக்குக்குப் பாதியில் வந்து விடும். அவரைத் திருப்திப்படுத்துவது மிகக் கடினம் என்று எல்லோரும் சொல்லுவார்கள். ஜெர்மனியில் என்னுடைய நண்பர்களிடமிருந்து கார்லை எப்படிக் கையாள்வது என்று கேட்டுத் தெரிந்துகொண்டேன். முக்கியமாக அவர் கேள்விகள் கேட்கும்போது, நமக்குப் பதில் தெரிந்திருந்தாலும், வரிசையாக சரியான பதில் அளிக்கக் கூடாது. அவர் கேள்வி மேல் கேள்வி கேட்டு இன்னும் கோபம் கொள்ளுவார். அவர் தோண்டித் துருவ ஆரம்பித்தால், மூன்றாவது கேள்விக்கு மேல், அவருடைய மூக்கு சிவப்பதற்குள் பணிவாகத் தெரியவில்லை என்று சொல்வது நலம். கார்ல் மகிழ்ச்சி அடைந்து நீண்ட விளக்கம் கொடுப்பார். கையில் ஒரு சின்ன நோட்டுப் புத்தகம் வைத்துக் கொண்டு குறிப்பு எழுதிக்கொண்டால் இன்னும் நலம்.

ரகு இருபத்து ஐந்து வயதானவன். மில்லனியல் எனப்படும் தலைமுறையைச் சேர்ந்தவன். தலையில் குடுமி மாதிரி கட்டிய போனிடெயில், ஒரு காதில் கடுக்கன், இந்தியச் சராசரிக்குச் சற்று அதிக உயரம். எப்போதும் கையில் மொபைல், வாட்ஸப், இன்ஸ்டாகிராம் என்று பார்ப்பதற்கு அடுத்த தலைமுறையாக இருந்தாலும், பழகுவதில் மிக அருமையானவன்.

அவன் சேர்ந்த புதிதில் நான் சொன்னேன், "ரகு உனக்கு வரப்போகும் மனைவி கொடுத்து வைத்தவள். இந்த மாதிரி பரிவுடன் கவனிக்கும் கணவன் எங்கே கிடைப்பான்? யார் அந்த அதிர்ஷ்டசாலியோ."

"ஸார், மாயாதான் அந்தப் பெண், அவளை அடைவதற்கு நான்தான் அதிர்ஷ்டசாலி என்று சொல்ல வேண்டும்."

"ஓ, ஒரு முறை அவளைச் சந்திக்க வேண்டும்" என்றேன்.

சென்ற ஆண்டு புத்தாண்டு பார்ட்டிக்கு எங்கள் வீட்டுக்கு அவளை அழைத்து வந்திருந்தான். மிக நல்ல பெண்ணாக இருந்தாள். இரண்டு பேரும் இழைந்து, சிரித்து, ரகு கிடார் வாசிக்க அவள் சேர்ந்து பாட்டுப் பாடி எல்லோரையும் மகிழ்வித்து அந்தப் பார்ட்டியே கலகலப்பாக இருந்தது.

அவளிடம் சொன்னேன், “மாயா, ரகு மாதிரி ஒருவன் கிடைப்பது அபூர்வம். மிகவும் பரிவாக உன்னை வாழ்நாள் முழுவதும் கவனித்துக்கொள்ளும் நல்ல கணவனாக இருப்பான், வாழ்த்துகள்.”

அவளும் பெரிய புன்னகையுடன் அவன்மேல் சாய்ந்து, “ஆமாம் சார், என் அப்பாகூட இப்படிக் கவனித்துக் கொண்டதில்லை” என்றாள்

“ரகு, மாயா உங்கள் இருவரையும் பார்த்தால் எனக்கு மிக மகிழ்ச்சியாக இருக்கிறது. எப்போது திருமணம்?”

“திருமணம் என்ன சார், அது உலகத்துக்காக, நாங்கள் மனதால் ஒன்றாகி விட்டோம். சென்ற மாதம் மாயா என்னுடன் வந்து விட்டாள். நாங்கள் இருவரும் சேர்ந்து வாழ ஆரம்பித்து விட்டோம்” என்றான்.

நான் அதை எதிர்பார்க்கவில்லை, இருந்தாலும் முகக்குறிப்பு மாறாமல் இருவரையும், “ஓ அப்படியா, என்னுடைய வாழ்த்துகள்” என்றேன். அன்றிரவு நானும் என் மனைவியும் அதைப் பற்றித்தான் பேசிக்கொண்டிருந்தோம். என் மகளும் படித்து முடித்து வெளிநாட்டில் வேலையில் இருக்கிறாள்.

கார்ல் வருகைக்கு முன்பே, ரகு அவருடைய செக்ரெடரி மற்றும் உதவியாளனிடம் பேசி நிறையத் தெரிந்துகொண்டு விட்டான். அவருக்கு விமான நிலையத்திலிருந்து என்ன கார், தங்கும் இடம், அறை, அறையிலிருந்து பார்த்தால் என்ன காட்சி (இந்த முறை மரம் செடி எல்லாம் பூச்சிகள் வராதபடி சற்று தூரத்தில்), தலையணை எவ்வளவு மென்மையாக இருக்க வேண்டும், அறையில் குளிர்பதனம் எவ்வளவு இருக்க வேண்டும் என்று ஆரம்பித்து ஒரு நீண்ட பட்டியலே தயாரித்து விட்டான். தவிர சென்ற முறை முன் இந்தியா வந்தபோது என்ன எல்லாம் குளறுபடி ஆயிற்று என்று தெரிந்துகொள்ள அவருடைய உதவியாளனுடன் ஒரு வீடியோ கால் ஏற்பாடு செய்தான். “வீடியோ இருந்தால்தான் நல்லது, பேசுவதற்கும் மேலே முகத்தைப் பார்த்து நிறைய அறிந்துகொள்ளலாம்” என்றான்.

அவருடைய உதவியாளன், "அவர் பெர்ரியர் என்ற பச்சை பாட்டிலில் வரும் தண்ணீர்தான் குடிப்பார்" என்று ஆரம்பித்து வரிசையாகச் சொன்னான். அப்படித்தான் கோபி லுவாக் எங்கிற கழிவுக் காபி வரவழைத்தோம். இவை எல்லாம் தவிர மிக முக்கியமான ஒன்று சொன்னான். அவர் சாப்பாட்டில் மிகக் கவனமாக இருக்க வேண்டும். அவருக்குப் புதிதாக, "நட் அலர்ஜி" வந்திருக்கிறதாம். அதாவது நிலக்கடலை, பாதாம் என்று எந்தக் கொட்டையும் ஆகாது. சிறு அளவு உண்டால்கூட அவருக்கு மூச்சுத் திணறி மருத்துவமனையில் சேர்க்கும் அளவுக்கு மோசமாக ஆகிவிடுமாம். ரகு அவர் எந்த டாய்லட் பேப்பர் உபயோகிப்பார் என்று கேட்டான். நான் இது என்ன கேள்வி என்று பார்த்தேன்.

பிறகு என்னிடம், "இல்லை சார் நாம் அலுவலகத்தில் கான்ஃபரன்ஸ் ஹால் அருகில் இருக்கும் டாய்லட்களில் அவர் வழக்கமாக உபயோகிக்கும் டாய்லட் பேப்பர் வாங்கி வைக்க வேண்டும்" என்றான்.

நாங்கள் சில வாரங்களுக்கு முன்புதான் புதிய கட்டடத்துக்கு இடமாற்றம் செய்திருந்தோம். இங்கே நிறைய இடம் இருந்தாலும் மரம் செடிகள் எதுவும் இல்லை. கார்லுக்கு இயற்கையின் பசுமை மிகவும் பிடிக்கும். ரகு அவர் வருவதற்குள் மரம் செடிகள் வேண்டும் என்றான்.

"செடிகள் சரி, கொண்டு வந்து தொட்டிகளில் வைக்கலாம், மரத்துக்கு என்ன செய்ய முடியும்" என்றேன்.

"சார், இங்கே லால்பாக் அருகில் ஒரு நர்ஸரி இருக்கிறது. பிரதமர் வருகைக்கு அவர்கள் வளர்ந்த மரங்களை இடம் பெயர்த்துக் கொண்டு வந்து நட்டார்கள் என்று செய்தி வந்தது, அவர்களிடம் பேசிவிட்டேன். சற்று செலவு ஆகும், நீங்கள் ஒப்புதல் கொடுத்தால் செய்துவிடலாம்" என்றான். செய்தும் காட்டினான். இரண்டு நாட்களில் எங்கள் வளாகமே மரங்களுடன் மிக அழகாகி விட்டது.

மறுநாள் காலை அவர் சார்டட் விமானத்தில் வந்து இறங்குவார்.

நாங்கள் எல்லாம் சரியாக இருக்கிறதா என்று பட்டியலை ஒருமுறை கடைசியாகப் பார்த்துக்கொண்டிருந்தோம். எல்லாம் தயாராக இருப்பது போல இருந்தது. நான் ரகுவுக்கு என்னுடைய நன்றியைப் பலமுறை தெரிவித்தேன்.

கார்ல் காலை அலுவலகத்துக்கு வரும்போது மகிழ்ச்சியாக இருந்தார். ரகு காலை உணவின்போது ஜெர்மன் பேக்கரியிலிருந்து அவர் வழக்கமாக சாப்பிடும் செங்கல் மாதிரியான ரொட்டியும் சீஸுௗம் கழிவுக் காபியும் ஏற்பாடு செய்திருந்தான். அவர் மகிழ்ச்சியுடன் அதற்கு நன்றி சொன்னார். நாள் முழுவதும் எல்லா நிகழ்ச்சிகளும் கிரமமாக நடந்தன. எல்லோரும் சொல்லிக் கொடுத்தபடி மூன்றாவது கேள்விக்குமேல் தெரியாது என்று சொன்னார்கள். கார்ல் விளக்கம் கொடுத்தபோது குறிப்பு எடுத்துக் கொண்டார்கள். கார்ல் மிக உற்சாகமாக இருந்தார். மாலை விருந்தும் நல்லபடியாக முடிந்தால் வெற்றி என்று நினைத்துக்கொண்டேன். வேறு எதுவும் குளறுபடி ஆகாமல் முடிய வேண்டும்.

ரகு இரவு விருந்தை ஒரு புதிய நட்சத்திர ஹோட்டலில் பிரத்தியேக ஹாலில் ஏற்பாடு செய்திருந்தான். நாங்கள் மொத்தம் பனிரெண்டுபேர்தான். இந்திய நிறுவனத்தின் தலைமை ஆட்கள் மட்டும். யார் எங்கே உட்காருவது என்று ரகு திட்டம் வகுத்திருந்தான். கார்லுக்கு நேர் எதிரே நான். அலுவலக விஷயங்களை விட்டு விட்டு உலக, நாட்டு நிலைமைகளைப் பற்றிப் பேசினோம். சைனா, அமெரிக்கா எல்லா விவகாரங்களையும் அலசினோம். மிக விரிவான மெனு. வரிசையாக உணவுகள் வந்துகொண்டே இருந்தன. ஏழு கோர்ஸ் என்றான் ரகு. நிறமும் அலங்காரமும் சுவையும் உணவு மிக அருமை. கார்லுக்கு இந்திய உணவு பிடிக்கும், காரம் இல்லாத வரை. அதனால் கேரளத்து வாழை இலை சுற்றிச் சமைத்த மீன், அதிகம் மசாலா சேர்க்காத ஹைதராபாத் பிரியாணி என்று விதம் விதமாக அமைத்திருந்தார்கள். அந்த நட்சத்திர விடுதியின் தலைமை செஃப் தானே வந்திருந்து விசாரித்தார்.

கார்ல் அவரைப் பாராட்டி, திடீரென்று, "கார்லிக் நான் கிடைக்குமா?" என்று விசாரித்தார். நான் ரகுவைத் திரும்பிப் பார்த்தேன். நாங்கள் அதை மெனுவில் சேர்த்திருக்கவில்லை.

ரகு என்னிடம் மெல்லிய குரலில் சொன்னான், "சார், அவர் மிகவும் மகிழ்ச்சியாக இருக்கிறார் போல, அப்படி இருந்தால்தான் பூண்டு எல்லாம் சாப்பிடுவார் என்று அவருடைய உதவியாளன் சொன்னான்" என்றான்.

தலைமை செஃப் மகிழ்ந்துபோய் உடனே கார்லிக் நான் செய்து கொண்டு வரச் சொன்னார். கூடவே ஷாஹி பனீர் காரம் இல்லாமல் நன்றாக இருக்கும் என்றார். நான், "பனீர் என்பது இந்திய சீஸ், தவிர பனீரின் மென்மை சுவையை வைத்தே ஒரு ரெஸ்டாரன்டின் தரத்தை மதிப்பிடலாம்" என்று விளக்கம் கொடுத்தேன். கார்ல் கேட்டு வாங்கிச் சாப்பிடுவது எனக்கும் மிக மகிழ்ச்சியாக இருந்தது.

கார்லிக் நான் பெரிதாக, அங்கங்கே தந்தூரில் சுட்ட கரியுடன், தாராளமாகத் தூவின பூண்டுத் துண்டுகளுடனும் உருகிய வெண்ணெய் ஒழுகப் பார்த்தாலேயே நாவில் எச்சில் ஊற வந்தது. கூடவே ஷாஹி பனீர். அதுவும் அருமையான ஆரஞ்ச் வண்ணத்தில், மேலே க்ரீமினால் செய்த அலங்காரத்துடன் வந்தது. கார்ல் அதற்குள் தானாக கார்லிக் நானை எடுத்து கையினாலேயே பிய்த்துச் சாப்பிட ஆரம்பித்தார். ஆச்சரியமாக இருந்தது. அவர் வெறும் கைகளால் எதுவும் சாப்பிட மாட்டார் என்று எங்கள் குறிப்புகளில் இருந்தது. நான் ரகுவைப் பார்த்துப் புன்னகைத்தேன். ஆனால் அவன் மொபைலைப் பார்த்து ஏதோ தீவிரமாக யோசித்துக்கொண்டிருந்தான். நான் இளைய தலைமுறைக்கு ஐந்து நிமிடம் கூட மொபைலைப் பார்க்காமல் இருக்க முடியாது என்று நினைத்துக்கொண்டேன்.

செஃப் தாமே வந்து பனீரைப் பரிமாற ஆரம்பித்தார். ரகு மொபைலைப் பார்த்தபடி ஓடிவந்து அவர் கையைப் பிடித்துத் தடுத்தான். "நிறுத்துங்கள், நிறுத்துங்கள்" நாங்கள் எல்லோரும் துணுக்குற்றுப் பார்த்தோம். "இதில் முந்திரிப் பருப்பு அரைத்திருக்கிறீர்கள் அல்லவா?" செஃப் "ஆமாம்,

அதனால்தான் வளமையான சுவை வரும்” என்றார்.

அதற்குள் கார்லுக்குப் புரிந்து, ரகுவுக்கு மிகவும் நன்றி சொன்னார். நான் அவனை நன்றியுடன் பார்த்தேன். ரகு செஃப்பிடம் கார்லுக்கு நட் அலர்ஜி என்று விளக்கி, வேறு கொண்டு வரச் சொன்னான். செஃப் காலாதால் எடுத்து வரச் சொன்னார். அந்த உணவகத்தில் அது பெயர்போனதாம். ஊற வைத்த கறுப்பு உளுந்து பல மணி நேரம் மெல்லிய தீயில் சமைக்கப்பட்டது. கார்லுக்கு அது மிகவும் பிடித்தது. தெற்கு ஜெர்மனியில் அவர்கள் சாப்பிடும் லின்ஸென் போல இருக்கிறது என்று நிறையச் சாப்பிட்டார். விருந்து தொடர்ந்தது.

எல்லாம் முடிந்து கார்ல் மிக மகிழ்ச்சியாக இருந்தார். இந்தப் பயணம் நன்றாக இருந்ததாக மனதாரச் சொன்னார். கிளம்பும் போது ஏற்பாடுகள் மிகச் சரியாக இருந்ததாகப் பாராட்டினார். ரகுவைத் தனியாக அழைத்து மறுபடியும் நன்றி சொன்னார்.

ஒருவழியாக அவரைக் காரில் ஏற்றி, நல்ல இரவு ஆகட்டும் என்று சொல்லி வழி அனுப்பி பெருமூச்சு விட்டேன். ரகுவின் கையைப் பற்றி நன்றி சொன்னேன். அவனும் நிறைவாக இருந்தான்.

அப்போதுதான் இன்னொரு பக்கம் பான்க்வெட் ஹாலில் நிறைய விளக்குகள், ஓசையுடன் பார்ட்டி நடந்துகொண்டிருப்பதைக் கவனித்தேன். சிவப்பு நிறத்தில் இருதய வடிவத்தில் பலூன்கள். நிறைய இளம் ஜோடிகள் நடனம் ஆடிக்கொண்டிருந்தார்கள். ஓ! காதலர் தினம். கார்ல் பயணச் சந்தடியில் நினைவிலேயே இல்லை. அப்போதுதான் இன்னொன்று நினைவுக்கு வந்தது. திடுக்கிட்டுத் திரும்பினேன்.

“ரகு, இன்றைக்குக் காதலர் தினம். நீ மாயாவுக்கு மோதிரம் கொடுத்து திருமணம் செய்துகொள்ளக் கேட்பதாக இருந்தாயே? கார்ல் பயணத்தினால் தள்ளிப் போட்டு விட்டாயா?”

ரகு என்னிடம் சென்ற மாதம் சொல்லி இருந்தான். இருவரும் இப்போது சேர்ந்து வாழ்ந்து, ஒரு மாதிரியாக ஒருவரை ஒருவர் நன்றாகப் புரிந்துகொண்டு விட்டார்களாம். மாயாவுக்கு

இப்போது பாரம்பரியப்படி திருமணம் செய்து கொள்ள வேண்டும் என்று ஆசையாம். ஒரு பெரிய சாலிடேர் வைர மோதிரம் காண்பித்தான். காதலர் தினம் அன்று கொடுப்பதாக இருந்தான்.

“இல்லை சார் கொடுக்கவில்லை” என்றான் எங்கோ இருளில் பார்த்துக்கொண்டு.

நான் உறைந்துபோனேன். என்ன ஆயிற்று, ஏன் எனப் பல கேள்விகள். இருந்தாலும் உடனே கேட்கத் தோன்றவில்லை.

அவனுக்குப் புரிந்திருக்க வேண்டும்.

“சார், எங்கள் இருவருக்கும் சரிப்பட்டு வரவில்லை, பிரிந்து விட்டோம்” என்றான்.

பதாகை, மே 2022

மாயக்குரல்

நான் கண்களை மூடிக்கொண்டு தம்பூராவை மீட்டினேன். நாதம் அலை அலையாக எழும்பியது. பாடாமல் அதையே கேட்டுக் கொண்டு இருக்கலாம் போல இருந்தது. அப்படி ஒரு தம்பூரா சுருதி எப்போதும் அமையாது. அந்தர காந்தாரம் சந்தேகம் இல்லாமல் கேட்டது. நானே மயக்கத்திலிருந்து விடுபட்டு ஒரு கார்வை கொடுத்தேன். குரல் இழைந்தது. பாட்டி இருந்தால் "டேய், இன்றைக்குக் கேட்பவர்களுக்கு யோகம்" என்பாள். இன்னொரு நாள் எவ்வளவு முயன்றாலும் நான்கு தந்தியும் ஒன்றாகச் சேர்ந்து தம்பூராவும் அதிராது, குரலும் அப்படி கவ்விப் பிடித்துச் சேராது.

"டேய், கேட்பவர்களுக்கு இன்றைக்குக் கொடுத்து வைத்தது அவ்வளவுதான்" என்பாள் பாட்டி.

பாட்டியின் வற்றல் குழம்பு குடும்பத்தில் பெயர் போனது. அந்த மாதிரி கைமணம் யாருக்கும் வராது என்பார்கள். ஒவ்வொரு நாள் அப்படித்தான் ஆகும். எவ்வளவு கொதித்தாலும் புளியும் காரமும் உப்பும் பெருங்காயமும் சற்று ஒன்றுசேராத மாதிரி இருக்கும். அப்போதும் பாட்டி இதே மாதிரி சொல்லுவாள்.

"இன்னிக்கு சாப்பிடறவங்களுக்குக் கொடுத்து வைத்தது அவ்வளவுதான்."

அன்றைக்கு என்னுடைய நல்ல நாள், என்றுமில்லாத ஒரு அதிர்வுடன் சுருதியும் குரலும் சேர்ந்தது. என்னுடைய வாழ்க்கையிலேயே முக்கியமான கச்சேரி. சுந்தரம் தாத்தாவை நினைத்தபடியே பயிற்சியாக ஒரு வர்ணம் பாடினேன். குரல் பதமாக இருந்தது. இருந்தாலும் ஒரு சிறு பதற்றம். அவருடைய பெயர் விளங்கும்படி இன்றைய கச்சேரி அமைய வேண்டும். தாத்தா என்று சொன்னாலும் அவர் என்னுடைய பாட்டியின் தாத்தா. மிகப் பெரிய வித்துவான். அவருக்குப் பிறகு குடும்பத்தில் புகழ் பெற்ற பாடகர்கள் இல்லை. ஏதோ வீட்டோடு இல்லை கோவிலில் பாடுவார்கள். நான் தான் மூன்று தலைமுறைக்குப் பிறகு மேடை ஏறிப் பாடுபவன்.

இன்று நான் சற்று உணர்ச்சிவசமாக இருப்பதைப் பார்த்தால் பாட்டி "உனக்கு என்ன கவலை, நீ பத்து வயதிலேயே முதல் கச்சேரி செய்து ப்ராடிஜி, ஜீனியஸ் என்று பத்திரிகைகளில் பெயர் வந்து மேடை ஏறியவன். எல்லாம் நல்லபடியாக அமையும்" என்று ஆசீர்வாதம் செய்திருப்பாள்.

பாட்டி சுந்தரம் தாத்தாவைப் பற்றி நிறையச் சொல்லுவாள். அவள் அப்படிச் சொல்லிச் சொல்லிதான் ஒருவேளை நான் பெரிய பாடகனாக ஆக வேண்டும் என்று அடிமனதில் சிறு வயதிலேயே படிந்திருக்கலாம். சுந்தரம் தாத்தா அவருடைய வாழ்நாளில் நிறைய புதுமைகளைப் பார்த்திருக்கிறார், செய்திருக்கிறார். முதல் முதலாக ரயில் வண்டி ஏறி நாடு முழுவதும் பயணம் செய்து பாடிய வித்துவான் அவர்தான். முதல் முதலாக புகைப்படம் எடுக்கப்பட்ட கர்னாடக இசை வித்துவானும் அவர்தான். பாட்டி அவருடைய குரலைப் பற்றி இன்னும் நிறையச் சொல்லுவாள். கந்தர்வ கானம் என்று பெயர் பெற்றவர். அவர் குரல் மாயக் குரலாம். அதில் பேசாத ராகம் கிடையாது என்பாள். அந்தக் குரலில் சில பாட்டுகள் கேட்டால் கண்ணீர் வராமல் இருக்க முடியாது என்பாள். சில பாட்டுகளைக் கேட்டால் எழுந்து உல்லாசமாக ஆடத் தோன்றும் என்பாள்.

“அவருடைய பாட்டு சில வித்துவான்கள் மாதிரி ஞானமாகப் பாடுகிறேன் என்று உணர்ச்சியே இல்லாமல் பாடும் வரட்டு சங்கீதம் இல்லை” என்பாள்.

ஒரு முறை அவர் ராம நவமி உற்சவத்தில் பாடிய போது, ப்ரிட்டிஷ் அதிகாரியான மாவட்ட கலெக்டரே வந்து கோவில் மதில் சுவருக்கு வெளியே வண்டியில் அமர்ந்தபடியே பாட்டு கேட்டாராம். ஒலிபெருக்கி இல்லாமலேயே குரல் அப்படி தூரத்திலும் கேட்குமாம்.

நான் ப்ராடிஜி என்று அழைக்கப்பட்டாலும், பாட்டி வாயால் “ம், இப்ப கொஞ்சம் பரவா இல்லை” என்று அரை மனதுப் பாராட்டு வருவதற்கு எனக்கு இருபது வயது ஆயிற்று. அப்பொழுது கூட “நீ சுந்தரம் தாத்தாவின் பாட்டைக் கேட்க வேண்டும், அப்பத்தான் நல்ல சங்கீதம் அப்படின்னா என்ன என்று புரியும்” என்பாள்.

நான் இப்போது பெயர் பெற்ற வித்துவான்களின் சங்கீதத்தை ரேடியோவிலோ ஒலிப்பதிவிலிருந்தோ பாட்டியைக் கேட்க வைப்பேன். ஒரு நிமிடம் கூட முழுதாகக் கேட்க மாட்டாள்.

“பாட்டி, நீங்க எப்பவும் சுந்தரம் தாத்தாவைப் பற்றியே சொல்றீங்க, எனக்கு ஒரு தடவை அவர் குரலைக் கேட்க வேண்டும்” என்பேன்.

“மனுஷக் குரலா அது, தேவ கானம், கந்தர்வ கானம் என்று புராணங்களில் வருமே அந்த மாதிரி மாயக்குரல், வெறும் குரல் மட்டும் இல்லை... அதில் அப்படி ஒரு உணர்ச்சி” என்பாள்.

சற்று மவுனத்துக்குப் பிறகு “சமஸ்தானத்தில் தசராவின் போது பத்து நாட்களும் கச்சேரி நடக்கும். அதில் பாட வாய்ப்புக் கிடைப்பதே பெரிய சாதனை. ஒரு வருடம் அழைத்தால், மறுபடி நான்கு வருடங்களுக்குப் பிறகுதான் வாய்ப்புக் கிடைக்கலாம். ஆனால் சுந்தரம் தாத்தா மட்டும் வருடா வருடம் பாடுவார். மகாராஜாவுக்கு அவருடைய பாட்டு என்றால் உயிர். 1898 தசராவில் அவருடைய கச்சேரியை ஒலிப்பதிவு செய்தார்கள். கவனித்துக்கொள்; அதுதான் கர்னாடக சங்கீதத்தில் முதல்

ஒலிப்பதிவு" என்று பெருமையாக ஒரு இடைவெளியில் கதையை நிறுத்துவாள்.

"அன்றைக்கு பைரவி ராகம், வழக்கம் போல அவரும் கேட்டவர்களும் வேறு உலகத்தில் மிதந்துகொண்டிருந்தார்கள். சுந்தரம் தாத்தா கண்களை மூடிப் பாடிக்கொண்டிருக்க, மகாராஜா அவருக்குத் தெரியாமலேயே ஒலிப்பதிவு செய்யச் சொன்னாராம்."

இப்படி பாட்டி சுவாரசியமாகச் சொல்லுவாள். நூறுமுறை இந்தக் கதையைக் கேட்டிருந்தாலும், எனக்கு அலுக்காது. அதேபோல நான் ஒவ்வொரு முறையும் கடைசியில் கேட்ட கேள்விக்கும் பாட்டி அலுக்காமல் அதே பதிலைச் சொல்லுவாள்.

"அந்த ஒலிப்பதிவு இப்போது எங்கே? நீங்க தினமும் சொல்லும் சுந்தரம் தாத்தாவின் சங்கீதம் எப்படி இருக்கிறது என்று நானும் கேட்க வேண்டும்."

"அதுதான் மிக வருத்தமாக இருக்கிறது, 1930இல் அரண்மனையில் ஒரு தீ விபத்து, அதில் அழிந்துபோய்விட்டது" என்று முடிப்பாள். தீ விபத்து நடந்த வருடம் ஒரு சமயம் 1930 ஆக இருக்கும், இன்னொரு முறை 1920 ஆக இருக்கும். இருந்தாலும் தாத்தாவின் குரல் வளம் மட்டும் மாறாது. பாட்டி போய் பல வருடங்கள் ஆனாலும், அவளுடைய வார்த்தைகள் மறக்கவில்லை.

இப்போதும் சமஸ்தானத்தில் தசரா உற்சவம் விமரிசையாக நடக்கிறது. இப்போதைய மகாராஜா ஏற்றுமதி வணிகம் செய்து கொண்டிருந்தாலும், பாரம்பரியத்தை விடாமல் இன்னும் விழா நடத்துகிறார். இன்றும்கூட, அந்த விழாவில் பாட வாய்ப்புக் கிடைப்பது கடினம். நான் பாடி பெயர் எடுத்தும் கூட, இத்தனை வருடங்களில் என்னை அழைத்ததில்லை. திடீரென்று சில மாதங்களுக்கு முன் ஒரு நாள் கைபேசியில் அழைப்பு வந்தது. பேசியவர் ரவீந்தர் என்று தன்னை அறிமுகப்படுத்திக் கொண்டார். அவர்தான் சமஸ்தானத்து அரண்மனையில் அதிகாரியாம். இந்த முறை தசராவில் பாட முடியுமா என்று கேட்டார். எத்தனை வருடங்களாக நான் கண்ட கனவு அது. உடனே ஒத்துக்கொண்டேன்.

சமீபத்தில் நான் பாடிய ஒரு பாடல் சமூக ஊடகங்களில் எதிர் பாராமல் பிரபலமாக ஆனது. அதைக் கேட்டுவிட்டுதான் மகாராஜா வரவழைக்கச் சொன்னார் என்று ரகுராவ் சொன்னான். ரகுராவ் என்னுடைய சிஷ்யன். கல்லூரியில் படித்துக்கொண்டிருக்கிறான். என்னுடன் கச்சேரிகளில் தம்பூரா போட்டுக் கொண்டு கூடப் பாடுவான். அந்தக் கச்சேரிக்குத்தான் தயார் ஆகும்போதே அப்படி அபூர்வமாக சுருதியும் குரலும் சேர்ந்தது. அது மிக நல்ல சகுனமாக எனக்குத் தோன்றியது. என்னுடைய இரண்டு மகத்தான கனவுகளும் நிறைவேறக்கூடும் என்று தோன்றியது. முதல் கனவு தசரா கச்சேரியில் பாடுவது. அது நிறைவேறும். அழைப்பு வந்துவிட்டது.

அடுத்த கனவு நிறைவேற வாய்ப்பு மிகவும் அரிது. ஒருவேளை சுந்தரம் தாத்தாவின் குரல் ஒலிப்பதிவு தீ விபத்தில் தப்பி இன்னும் அரண்மனையில் இருந்தால், அதைக் கண்டுபிடித்து விட வேண்டும், அவருடைய பாட்டைக் கேட்க வேண்டும். அதை சமூக ஊடகங்களில் வெளியிட வேண்டும்.

மகாராஜா தேட அனுமதி கொடுத்தால், அந்த ஒலிப்பதிவு தீ விபத்தில் தப்பியிருந்தால், இப்போது அரண்மனையில் எங்காவது இருந்தால், ஒருவேளை எனக்கு அது கிடைத்தால் இரண்டாவது கனவும் நிறைவேறக்கூடும்.

நேற்றுக் காலையிலிருந்தே ஒரு பதட்டம் இருந்தது. என்னுடைய ஆதர்ச பாடகர்கள், சுந்தரம் தாத்தா என்று எல்லோரும் அமர்ந்த மேடையில் நான் பாட வாய்ப்புக் கிடைத்ததே பாக்கியம். முதல் முறையாக அழைத்திருக்கிறார்கள். பெயர் கெடாமல் கச்சேரி அமைய வேண்டும் என்று கவலை.

முதலிலேயே ரவீந்தர் எங்களுக்கு நிறைய சொல்லி இருந்தார். உடையிலிருந்து ஆரம்பித்து, எப்படி நடந்துகொள்ளவேண்டும், என்று போன நூற்றாண்டு பழக்கங்களை எல்லாம் சொன்னார். வேட்டியும் அங்கவஸ்திரமும்தான் அணிய வேண்டும். ஜிப்பா, சட்டை எல்லாம் அனுமதி இல்லை. சபையில் நவராத்ரி கச்சேரி அம்மனுக்கு நடத்தும் சேவை. மின்சார விளக்கு ஒலிபெருக்கி எதுவும் கிடையாது. மொபைல் போன்கள் அனுமதி இல்லை.

அலங்கரிக்கப்பட்ட புவனேஸ்வரி அம்மன் மேடைக்கு நேர் எதிரே கொலு இருப்பாள். அரச குடும்பத்தில் குலதெய்வம் அவள். மகாராஜா பக்கவாட்டில் சிம்மாசனத்தில் இருப்பார். மகாராணியும் மற்ற பெண்டிரும் மறைவான அறையிலிருந்து பலகணி வழியே கேட்பார்கள். கச்சேரி மங்களம் பாடி முடிந்த பிறகு எதிரே அம்மனுக்கு கற்பூர ஆரத்தி எடுக்கப்படும். பிறகு வித்துவான்களுக்கு மகாராஜா மரியாதை செய்வார். அதற்கு முன்பு யாரும் அசையக் கூடாது, நடுவில் பேசக் கூடாது என்று எல்லாம் விதிகள் உண்டு.

ஆரம்பிக்கும் நேரத்துக்கு ஒரு மணி நேரம் முன்பாகவே அரச சபைக்குச் சென்றோம். அந்தக் காட்சியே பரவசப்படுத்தியது. ஆள் உயர எண்ணெய் விளக்குகளின் வெளிச்சத்தில் எல்லாம் பொன்னாக மின்னியது. பருத்த மரத் தூண்கள், வண்ணக் கற்கள் பதித்த தரை, சுற்றிலும் பிரதிபலிக்கும் கண்ணாடிகள், மேலிருந்து தொங்கிய பிரம்மாண்டமான ஷாண்டலியர், சரம் சரமாக மல்லிகை, தாமரை, மாவிலைத் தோரணங்கள், சந்தன மணம் எல்லாம் சேர்ந்து ஏதோ மாய உலகம் போல இருந்தது.

மேடையில் அமர்ந்து சுருதியில் ஆழ்ந்தேன். அந்தக் கணத்திலேயே பதட்டம் எல்லாம் போய்விட்டது. கூடவே நல்ல பக்க வாத்தியங்களும். மனம் மேலே பறந்தது. கச்சேரி மிக அருமையாக அமைந்தது. ஒவ்வொரு பாட்டுக்கும் நல்ல வரவேற்பு. நான் தைரியமாக பைரவி ராகம் எடுத்தேன். சுந்தரம் தாத்தா பைரவி பாடிய அதே மேடை. அந்த நினைப்பே என்னைப் பரவச நிலையில் பாடச் செய்தது. அன்றைக்குப் பாடிய மாதிரி நானே பாடியதில்லை. அங்கே பாட்டுக்குக் கை தட்டக் கூடாதாம். ஆனாலும் ரசிகர்களின் முகக் குறிப்பும், உடல் அசைவும் மெல்லிய ஆகா என்ற ஒலிகளும் எனக்கு மிகவும் மகிழ்ச்சி தந்தன. மகாராஜாவும், அரச குடும்பத்தினரும் நன்றாக ரசித்தனர். முடிக்கவே மனம் வரவில்லை. ரகுராவ்தான் என்னுடைய காதில் மெல்லிய குரலில் சொல்லி முடிக்க வைத்தான்.

ஆரத்தி முடிந்து மகாராஜா தானே முன்வந்து, மாலை போட்டு, பெரிய தாம்பாளத்தில் பழங்களுடன் சன்மானம் செய்தார். நான் கண்களில் நீருடன் எல்லாவற்றையும் ஏற்றுக் கொண்டேன். இதைப் பார்க்க பாட்டி இருந்திருக்கலாம்.

மகாராஜா, “உங்கள் மூதாதையர் சுந்தரம் இங்கே வருடா வருடம் பாடி சங்கீத சேவை செய்தாராம், இப்போதுதான் உங்களுடைய அருமையான பாட்டைக் கேட்பதற்கு எங்களுக்கு வேளை வந்திருக்கிறது” என்றார்.

அந்தச் சந்தர்ப்பத்தை விடாமல், தைரியத்தைக் கூட்டிக் கொண்டு மகாராஜாவிடம் கேட்டுவிட்டேன். ரவீந்தர் அதை எதிர்பார்க்கவில்லை.

“மகாராஜா, ஒரு விண்ணப்பம், உங்களுடன் தனியாகப் பேச வேண்டும்.”

அவர் நின்று உள் அறைப் பக்கம் கையைக் காட்டி அழைத்து, “என்ன வேண்டுமோ கேளுங்கள், பல வருடங்களுக்குப் பிறகு இப்படி ஒரு நல்ல கச்சேரி கேட்டிருக்கிறேன்” என்றார் கனிவாக.

கலவரமான முகத்துடன் ரவீந்தரும் உள்ளே வந்தார். அரச குடும்பத்துப் பெண்கள் எழுந்து உள்ளே சென்று கொண்டிருந்தார்கள்.

“என்னுடைய தாத்தாவுக்குத் தாத்தா சுந்தரம் பாடிய மேடை இது, இங்கே பாட வாய்ப்புக் கிடைத்தது பாக்கியம், மிக்க நன்றி.”

“ஆமாம் கேள்விப்பட்டிருக்கிறேன், அவர் பாடினால் சபையே மயங்கி இருக்குமாம். அப்படிப்பட்ட மாயக்குரல். அந்தப் பரம்பரை அல்லவா, நிரூபித்து விட்டீர்கள்” என்றார்.

“மகாராஜா, சுந்தரம் தாத்தா பாடிய போது ஒலிப்பதிவு செய்யப் பட்டது என்று கேள்விப்பட்டிருக்கிறேன்.”

“ஆமாம், அதுதான் கர்னாடக சங்கீதத்தில் முதலில் செய்யப்பட்ட ஒலிப்பதிவு, ஆனால் துரதிர்ஷ்டவசமாக அரண்மனைத் தீ விபத்தில் எரிந்து போய் விட்டது.”

நான் "மகாராஜா, அது ஒரு வேளை தப்பித்து இப்போதும் இருக்கக்கூடுமா என்று சந்தேகம், தேடுவதற்கு நீங்கள் அனுமதி கொடுக்க வேண்டும்" என்று முடித்தேன்.

ரவீந்தருக்கு இது பிடிக்கவில்லை, அவர் ஏதோ சொல்ல வந்தார்.

அதற்குள் மகாராஜா, "சந்தேகம்தான், இருந்தாலும், நீங்கள் இவ்வளவு கேட்கும்போது மறுக்க முடியுமா, தேடிப் பாருங்கள். ரவீந்தர், இவருக்குத் தேடுவதற்கு எல்லா வசதிகளும் செய்து கொடுங்கள்" என்றார்.

அன்றைக்கு இரவு நான் சரியாகத் தூங்கவே இல்லை.

மறுநாள் காலை ரகு ராவ் கூட வந்திருந்தான். அரண்மனைக்குச் சென்றோம். வழக்கமாக சுற்றுலாப் பயணிகள் செல்லும் அலங்கார வாயில் வழியாக இல்லை. பக்கவாட்டில் தனியாக ஒரு சாதாரணப் பழைய கட்டடம் போல வெள்ளைச் சுண்ணாம்படித்த வளைவு வாயில் இருந்தது. அதுதான் அரச குடும்பத்தினர் உபயோகிக்கும் வழியாம். அலங்கார வாயில் வழியே சென்றால் புல் தரைகளும் பூக்களும் வேலிச் சுவர் மாதிரி வெட்டி விட்ட செடிகளும் தோரண வாயில்களுமாக திருவிழாக் கோலமாக இருக்கும். எப்பொழுதும் டூரிஸ்ட் பஸ்களும் அனுமதி டிக்கெட் வாங்க கூட்டமாக நிற்கும் ஜனங்களையும் பானி பூரி, பொரிகடலை, அய்ஸ்க்ரீம் வண்டிகளையும் தரையில் குப்பையும் பார்த்துப் பழகின எனக்கு, அரண்மனையே வேறு விதமாகக் காட்சி அளித்தது. ஷாப்பிங் மால்களுக்குப் பின்னால் பார்க்கிங் வழி போல தரையில் குறுக்கே குழாய்கள், டீசல் ஜெனரேட்டர், ட்ரான்ஸ்பார்மர்களைச் சுற்றிச் சென்றோம்.

கடைசியில் ஒரு பெரிய கட்டடத்துக்குள் நுழைந்தோம். அரண்மனை அதிகாரி ரவீந்தர் வரவேற்றார். என்னுடைய கச்சேரி மிக அருமையாக இருந்ததாகப் பாராட்டினார். அரச குடும்பத்தினர் அன்று இரவு உணவின்போது, என்னுடையதுதான் மிகச் சிறந்த கச்சேரி என்று பேசிக்கொண்டார்களாம். மகாராஜா வருடா வருடம் என்னை வரவழைக்க வேண்டும் என்று சொல்லிவிட்டாராம்.

ரவீந்தர் எங்களை ஒரு மிகப் பெரிய வரவேற்பு அறையில் அமர்த்தி மகாராஜா நேரில் வர முடியாததற்கு மன்னிப்பு கேட்டார். மகாராஜாவின் இளம் வயது வண்ணச் சித்திரம் சுவரில் மாட்டி இருந்தது. அவர் பழங்கால உடையா இல்லை நவீன உடையா என்று பார்த்தவுடன் தீர்மானிக்க முடியாத உடையில், தொப்பியா தலைப்பாகையா என்று சொல்ல முடியாத ஒன்றைத் தலையில் அணிந்துகொண்டு, சிம்மாசனமா இல்லை சோஃபாவா என்று சொல்ல முடியாத ஆசனத்தில் தீவிரமான முகத்துடன் அமர்ந்து இருந்தார்.

நான் “எங்களுக்கு ஒலிப்பதிவைத் தேட அனுமதி அளித்ததே பெரிய விஷயம்” என்று நன்றி சொன்னேன். உபசாரமாக எங்களுக்கு காபி டீ வேண்டுமா என்று கேட்டார். எனக்கு ஒலிப் பதிவைத் தேடுவதே குறி. அவரிடம் அய்ந்து நிமிடம் பேசுவதும் வீணாகத் தோன்றியது. ஒருவழியாக அவர் ஒரு ஆளைக் கூப்பிட்டு அவனிடம் தாழ்ந்த குரலில் ஏதோ சொன்னார். அவன் எங்களை அழைத்துக்கொண்டு அரண்மனை உள்ளே சென்றான். ரவீந்தரும் கூட வந்தார்.

வளைந்து வளைந்து அந்தப் பெரிய அரண்மனைக்குள் நடந்தோம். உள்ளே சற்று இருட்டாகவும் குளிர்ச்சியாகவும் இருந்தது. தரை எல்லாம் பாரம்பரிய வேலைப்பாடுள்ள வண்ணக் கல் சதுரங்கள் பதிக்கப்பட்டு இருந்தன. ஒவ்வொரு பெரிய அறைக்கும் ஒரு பிரத்தியேக வடிவமைப்பு. மறுபடி என்னை அங்கே விட்டால் கூட, என்னால் வழி கண்டுபிடிக்க முடியாது. ஒரு நீண்ட தாழ்வாரத்திலிருந்து வெளிச்சத்துக்கு வந்தோம். சற்றுத் தள்ளி ஒரு சிறிய கட்டடம் இருந்தது. அழகான மரத் தூண்கள், மர ஜன்னல்கள், திண்ணை, மல்லிகை ரோஜா என்ற பூஞ்செடிகள் எல்லாம் இருந்தன. இதுதான் இளைய ராணியின் அந்தப்புரமாக இருந்ததாம். பெரிய அரண்மனையில் ஒரு பகுதி தீப்பிடித்த போது, தள்ளி இருந்த இந்தக் கட்டடத்துக்கு ஒன்றும் ஆகவில்லையாம். அதனால் விலை மதிப்பற்ற பல பொருட்களை இங்கே எடுத்து வைத்தார்களாம். நகைகள், பட்டாடைகள், ஓவியங்கள், வாத்தியக் கருவிகள், என்று இந்தக்

கட்டடம் நிரம்பி வழிந்ததாம். ரவீந்தர் குடும்பம் பரம்பரையாக ராஜ சேவகர்களாம். அவருடைய தாத்தாவின் காலத்தில் இது நிகழ்ந்தது என்று சொல்லி இருந்தார். அவர் தாத்தாவிடம் அந்தத் துயர நாளைப் பற்றி நிறையக் கதைகள் கேட்டிருக்கிறார். இதையெல்லாம் கேட்கக் கேட்க எனக்கு பரபரப்பு அதிகம் ஆயிற்று

“உங்கள் தாத்தா தசரா கச்சேரி ஒலிப்பதிவுகள் பற்றி ஏதாவது சொல்லி இருக்கிறாரா?”

“அவர் சொன்னதில்லை, என் தாத்தாவின் தம்பிதான் சங்கீதம் கேட்பார், அவர்தான் தீயில் பாதிக்கு மேல் தசரா ஒலிப் பதிவுகள் அழிந்துபோயின என்று சொன்னதாக நினைவு” என்றார்.

நான் ரவீந்தரின் கைகளைப் பிடித்துக்கொண்டேன்.

“ரவீந்தர், பாதி ஒலிப்பதிவுகள் தப்பித்தன என்று இதுவரை நான் கேள்விப்பட்டதே இல்லை, இது மிக மகிழ்ச்சியான செய்தி” என்றேன்.

ரவீந்தர் “எனக்கு அப்படித்தான் நினைவு, தேடிப் பாருங்கள், கிடைக்கக்கூடும். இத்தனை வருடங்களில் நிறைய ஓவியங்களையும் வாத்தியக் கருவிகளையும் சீர்செய்து ம்யூசியத்துக்கு மாற்றி விட்டோம். அதைத் தவிர இங்கே எரிந்த மரச்சாமான்கள், தீப்பட்ட ஓவியங்கள், என்று நிறையப் பொருட்கள் உண்டு. இதைத் திறந்தே பல வருடங்கள் ஆகி இருக்கும்” என்றார். கூட வந்த ஆள் “இங்கே வெள்ளிப் பாத்திரங்கள் கூட நிறைய இருந்தன, இப்போது இருக்கிறதா என்று தெரியவில்லை” என்றான். ரவீந்தர் அவனை முறைத்தார்.

அவனிடமிருந்து ஒரு பையை வாங்கி, அதிலிருந்து ஒரு பெரிய சாவியை எடுத்து, அந்தக் கதவில் பூட்டி இருந்த பெரிய பூட்டைத் திறக்க முயற்சி செய்தார். அது திறக்கவில்லை. ரவீந்தர், முன்யோசனையாகக் கையில் ஒரு எண்ணெய்க் குப்பி வைத்திருந்தார். “இது எளிதாகத் திறக்காது என்று தெரியும்.”

சாவி போடும் துளையில், மேலே இருந்த தண்டிலும் சில துளி எண்ணெய் விட்டு அந்த பூட்டைக் குலுக்கினார். இப்போது பூட்டு திறந்தது. அந்த பிரம்மாண்டமான கதவைத் திறந்து உள்ளே பார்த்தோம். ஜன்னல்கள் எதுவும் திறக்காததால் சில அடிகளுக்குப் பிறகு உள்ளே இருளாக இருந்தது.

ரவீந்தர் ஒரு ஜன்னலைத் திறந்து விட்டு எங்களை வரச் சொன்னார். அந்த ஜன்னல் வழியே சூரிய ஒளிக் கற்றை நேராக ஓரிடத்தில் விழுந்தது. உள்ளே அடி எடுத்து வைத்ததும், பழைய நாற்றம் முகத்தில் அடித்தது. கைக்குட்டையை வைத்து மூக்கை மூடிக்கொண்டோம்.

ரவீந்தர் “சற்று நேரம் திறந்து வைத்தால் சரியாகிவிடும்” என்றார். சுற்றுமுற்றிலும் பார்த்தோம். நாங்கள் கிளப்பிய புழுதி, சூரிய ஒளியில் மின்னும் துகள்களாக மிதந்தன. நிறையப் பொருட்கள் சிதறி இருந்தன. ஒரு பெரிய தந்தப் பல்லக்கு, துணி போர்த்திய பெரிய நாற்காலிகள், மேசைகள், நான்கு புறமும் பந்தல் கால் மாதிரி இருக்க விதானம் வைத்த பெரிய கட்டில் ஒன்று, ஆளுயரப் பாவை விளக்கு, விரிசல் விட்ட கண்டா மணி, வீரர்கள் அணியும் இரும்புக் கவசம், கேடயம், உறையுடன் வாள், இரும்புச் சங்கிலி என்று நிறையப் பொருட்கள் சிதறி இருந்தன. ஒரு பக்கம் அலமாரி, பீரோ போன்றவை இருந்தன. ரவீந்தர் அவற்றைக் காட்டி, “முதலில் அங்கே தேடுங்கள், ஒருவேளை இருந்தால் அவற்றில் இருக்கக் கூடும்” என்று சொல்லி விட்டு அவருக்கு வேலை இருப்பதால் கிளம்பி விட்டார்.

எங்கே ஆரம்பிப்பது என்று மலைப்பாக இருந்தது.

ரகுதான் உதவிக்கு வந்தான்.

“ஸார், இந்த உயரமான அலமாரியிலிருந்து ஆரம்பிக்கலாம்.”

அது பூட்டி இருக்கவில்லை. திறந்தால் அரச உடைகள் இருந்தன. இத்தனை வருடங்கள் ஆகி இருந்தாலும், சரிகை பளபளப்பும், பட்டில் தைத்த முத்து மணிகளுமாக ஆடைகள் அடுக்கி இருந்தன.

"ரகு, இது இல்லை. வேறு அலமாரி பார்க்கலாம்" என்றேன். மலைப்பாக இருந்தது. அந்தப் பெரிய அறையில் சுமார் முப்பது அலமாரி, பீரோக்கள் இருந்தன.

நாங்கள் ஒரு பத்து அலமாரிகளைத் திறந்திருப்போம். ஒன்றும் உருப்படியாகக் கிடைக்கவில்லை. அறையில் ஒரு மூலையில் ஒரு பெரிய மர அலமாரி ஆள் உயரத்துக்கு இருந்தது. மேலே புழுதி படிந்து இருந்தாலும், நேர்த்தியாக நல்ல தேக்கு மரத்தால் செய்தது தெரிந்தது. வேலைப்பாடுகளுடன் பித்தளைக் கைப்பிடி நிறம் மங்கி, பாசி படிந்தது போல பச்சைக் கறுப்பில் இருந்தது. திறந்தால் பழைய வாசனை இன்னும் அதிக நெடியாக அடித்தது. ரகு ஒரு முறை தும்மினான். உள்ளே முழுவதும் பழைய பொருட்கள் இருந்தன. அதில் என்ன இருக்கிறது என்று தெளிய சில வினாடிகள் ஆயின. அய்ந்து அடுக்குகள் இருந்தன. ஒவ்வொன்றிலும் இரண்டு மரப் பெட்டிகள் இருந்தன. இந்தப் பெட்டிகள் சற்று ஆழ்ந்த பழுப்பு நிறத்தில் இருந்தன.

மரப் பெட்டிகளில் மேலே பார்த்தால் புழுதிக்கு நடுவே தீப் பட்ட அடையாளங்கள் இருந்தன. ஒரு பெட்டியின் மேலே விரல்களால் நிரடி வாசனை பார்த்தேன். தீயின் கருகல் வாசனை வந்தது. என் மனம் உள்ளுணர்வில் பரபரத்தது - இதாக இருக்குமோ? அந்தப் பெட்டி ஒரு பித்தளைப் பூட்டால் பூட்டப்பட்டிருந்தது. சாவி எதுவும் இருக்காது என்று தெரியும். நான் கொண்டு வந்திருந்த பேனாக் கத்தியால் நெம்பினேன். ரகு, "வேண்டாம் சார், அவர்களைக் கேட்காமல் திறக்கக் கூடாது" என்றான்.

"ரகு, இதுதான், எனக்குத் தெரியும், தடுக்காதே" என்று ஆவேசமாக அந்தப் பூட்டைத் திறக்க முயற்சித்தேன். பூட்டின் திறக்கும் துவாரத்தைச் சுற்றிக் கீறல் விழுந்தது. ஏதோ ஒரு வாகில் கத்தி சரியாக உள்ளே அமர்ந்து பூட்டு திறந்தது. எனது கைகள் நடுங்கிக்கொண்டிருந்தன. மேலே இருந்த தூசை என் கைக்குட்டையால் தள்ளி, வாயால் ஊதி, மெதுவாகத் திறந்தேன்.

நன்றாக விளைந்த, மூங்கில் போல தடித்த பழுப்பு நிற உருளை இருந்தது. அதன் மேல் ஒட்டிய காகித லேபிலில் "எடிசன்

ரெகார்ட்ஸ் எக்கோ ஆல் ஓவர் த வேர்ல்ட்” என்று அச்சிடப் பட்டிருந்தது. மூடியைத் திறந்தால் மேலாக ஒரு துண்டுக் காகிதம் இருந்தது. மிகக் கவனமாக அந்த உருளையை எடுத்தேன். அது ஒலிப்பதிவு செய்யப்பட்ட மெழுகு உருளைதான். என் கைகள் நடுங்கின.

ரகு “சார், உங்கள் குரல் மட்டும் தங்கம் இல்லை, கைகள் கூட தங்கம்தான், நூறு வருடங்களாகத் தீயில் அழிந்தது என்று நினைத்திருந்த முதல் ஒலிப்பதிவுகளைக் கண்டுபிடிச்சுட்டீங்க, இது மகத்தான கண்டுபிடிப்பு” என்றான்.

“ரகு, சுந்தரம் தாத்தாவின் ஒலிப்பதிவு இதில் எங்கோ இருக்க வேண்டும், எனக்கு அவர் குரலைக் கேட்க வேண்டும், அப்படி என்னதான் அவருடைய மாயக்குரலில் இருந்தது என்று அறிந்து கொள்ள வேண்டும். அதை எல்லோரும் கேட்டு அனுபவிக்க வெளியிட வேண்டும்.”

என் பரபரப்பைப் பார்த்து ரகு சற்று ஆசுவாசப்படுத்தினான்.

“சார், முதல்ல உட்கார்ந்து தண்ணீர் குடிங்க, நிச்சயம் கிடைக்கும்” என்றான்.

முதலில் எடுத்த உருளையில் இருந்த காகிதத் துண்டில் என்ன எழுதி இருந்தது என்று படிக்க முயற்சித்தேன். மட்கிய காகிதம் உதிர்ந்துபோகும் நிலையில் இருந்தது. என்னுடைய நல்ல காலம், ஆங்கிலத்தில் எழுதி இருந்தது. வீணா கனகாம்பாள் 1899 என்று இருந்தது. எனக்குப் புல்லரித்தது. வீணை கனகாம்பாள் ஒரு சகாப்தம். அவர் வாசிப்பைப் பற்றி நிறையப் படித்திருக்கிறேன். அவர் வீணை வாசித்துக்கொண்டே கூடப் பாடுவாராம். குரலில் பேசுவது விரலில் பேசுமாம். விரலில் பேசுவது குரலில் பேசுமாம். சரசுவதியின் வீணையை நாம் கேட்டதில்லை; ஆனால் ஒருவேளை இப்படித்தான் இருந்திருக்குமோ என்று எல்லாம் ஆனந்த விகடனில் ‘ஆடல் பாடல்’ பகுதியில் கல்கி எழுதியதாகப் பாட்டி சொல்லுவாள். அவருடைய ஒலிப்பதிவு இவ்வளவு பழமையானதாய் இருப்பது பற்றி எங்கும் கேள்விப்பட்டது இல்லை. 1899 இல் அவருக்கு பத்து

வயதுதான் ஆகி இருக்கும். அந்த வயதிலேயே ஒலிப்பதிவு செய்யும் அளவுக்குத் திறமையா என்று ஆச்சரியமாக இருந்தது.

நிச்சயமாக இசைக் கச்சேரிகளின் ஒலிப்பதிவுகள்தான். நான் திறந்தது போல இன்னும் ஒன்பது பெட்டிகள் இருந்தன. ஒவ்வொன்றிலும் முப்பத்து இரண்டு உருளை என்றால், முன்னூற்று இருபது ஒலிப்பதிவுகள். திறந்து பார்த்து விட வேண்டியதுதான். ரகுராவ் கதவுக்கு அருகில் ஒரு கால் உடைந்த சிம்மாசனத்தில் அமர்ந்து மொபைலில் ஏதோ வீடியோ பார்த்துக்கொண்டிருந்தான். ஒவ்வொன்றாக எடுத்துப் பார்த்தால் அனேகமாக இன்று மாலைக்குள் கண்டுபிடித்து விடலாம். சுந்தரம் தாத்தாவின் ஒலிப்பதிவு இருக்கிறதா என்று சந்தேகம். மகாராஜா பட்டத்தில் இருந்தது முப்பத்து ஏழு வருடம். ஒலிப்பதிவுக் கருவியை அவர் வாங்கியது 1896 இல் என்று ஆவணங்கள் தெரிவித்தன. ஒரு உருளையில் சுமார் இரண்டு நிமிடங்கள்தான் பதிவு செய்ய முடியும். முழுக் கச்சேரியையும் பதிவு செய்தார்களா? அல்லது சில பகுதிகள் மட்டுமா என்று சந்தேகமாக இருந்தது. இப்படி என் மனம் அலைபாய்ந்தது.

சுந்தரம் தாத்தா இங்கே வருடா வருடம் வந்து பாடி இருக்கிறார். அப்படியானால் அது 1896 ஆக இருக்க வேண்டும். இத்தனை பெட்டிகளில் எதில் இருக்கிறது என்று எப்படிக் கண்டுபிடிப்பது, ஒவ்வொன்றாகத் திறந்து பார்க்க வேண்டியதுதான் வேறு வழியே இல்லை என்று தோன்றியது.

ஒலிப்பதிவு கிடைத்தாலும் அதை எப்படிக் கேட்பது என்ற சந்தேகம் வந்தது. சுற்றிலும் பார்த்தேன். அந்த உருளைகளில் இருந்த இசையை ப்ளே செய்ய ஏதாவது கருவி இருந்திருக்க வேண்டும். இவ்வளவு தேடி சுந்தரம் தாத்தாவின் இசைப் பதிவைக் கண்டுபிடித்தாலும், அதை ப்ளே செய்ய முடியாவிட்டால் என்ன பயன். ஒருவேளை அந்த ஒலிப்பதிவு உருளைகளைச் செய்த கம்பெனியே ப்ளேயரையும் விற்றிருப்பார்கள். இங்கே இல்லாவிட்டாலும், லண்டனில் கிடைக்கக்கூடும்.

“ரகு இதை ப்ளே செய்ய ஏதாவது கருவி தென்படுகிறதா என்று பார்.”

ரகு தேடினான்.

"சார், இதாக இருக்குமோ?" அவன் கைகாட்டிய இடத்தில் பார்த்தேன். நான் நின்றுகொண்டு இருந்த இடத்திலிருந்து தெரியவில்லை. ரகு சற்றுத் தள்ளி இருந்ததால் பார்த்தான் போல. நான் திறந்த அலமாரிக்குப் பக்கத்தில் இருந்த இன்னொரு அலமாரிக்கு மேல் ஒரு மரப்பெட்டி இருந்தது.

"பார்த்து விடலாம் வா" என்றேன்.

ரகு ஒரு முக்காலியை இழுத்து வந்தான். அவனே அதன் மேல் ஏறினான். அதன் கால்கள் சற்று ஆடிய மாதிரி இருந்தன.

"சார், உறுதியாகப் பிடித்துக்கொள்ளுங்கள், நான் பெட்டியை எடுக்கிறேன்" என்றான்.

நாங்கள் இருவருமாக அந்தப் பெட்டியை இறக்கினோம். நல்ல வேளையாக அதற்குப் பூட்டு எதுவும் இல்லை. ஒரு துணியை எடுத்து மேலே தூசு தட்டினேன். அந்த மரப்பெட்டி இத்தனை வருடங்களுக்குப் பிறகும் அரக்கு நிற பாலீஷில் பளபளத்தது. அதன் மூடியை மெதுவாகத் திறந்தேன். முதலில் தெரிந்தது ஒரு பெரிய பித்தளைக் கூம்பு. அதுவும் பச்சைக் களிம்பில் இருந்தது. அதுதான் ஸ்பீக்கராக இருக்க வேண்டும். அடுத்தது செவ்வக வடிவில் ஒரு மரப் பெட்டி இருந்தது. அதைக் கவனமாக வெளியில் எடுத்தோம். அதன் பக்கவாட்டில் "எடிசன் பெல் ஜெம்" என்று சித்திர எழுத்துகளில் பேனர் மாதிரி இருந்த படத்தின் மேல் பொறித்திருந்தது. பக்கத்தில் ஒரு பெரிய சுழலும் கைப்பிடி, பழைய கால கிராமபோன் ரெகொர்ட் ப்ளேயர் மாதிரி.

"இதுதான், ப்ளேயர்" என்று நான் கூவினேன்.

ரகு, "சார், கவனமாகப் பார்க்கலாம். இது முழுக்க மெக்கானிகல் கருவி போல இருக்கிறது. இத்தனை வருடங்களுக்குப் பிறகு இது வேலை செய்யுமா என்பது சந்தேகம்" என்றான்.

"ரகு, நீ ஒரு சந்தேகப் பிராணி, இப்படிப்பட்ட சரித்திர முக்கியத்துவம் வாய்ந்த கண்டுபிடிப்பை செய்திருக்கிறேன், நீ உளறிக்கொண்டே இருக்கிறாய்."

ரகுவின் முகம் மாறியது. கம்மிய குரலில் "சாரி சார், ஒன்றை எடுத்து இதில் ப்ளே செய்து பார்க்கலாம், வேலை செய்யக் கூடும்" என்றான்.

அந்தக் கருவியை மெதுவாக வெளியே எடுத்து அந்த முக்காலியின் மேலேயே வைத்தேன். உள்ளே முழுவதும் துணியால் தூசு தட்டித் துடைத்தேன். பித்தளைக் கூம்பை அதன் இடத்தில் பொருத்தினேன். கைப்பிடி சுழல்கிறதா என்று பார்த்தேன். என்ன ஆச்சரியம், அது சரியாகச் சுழல்வது போல இருந்தது. இப்போது ஒரு ஒலிப்பதிவை ப்ளே செய்து பார்க்க வேண்டும். இந்தப் பழைய ப்ளேயரில் ஏதாவது கோளாறு இருந்தால், ஒலிப் பதிவு கெட்டுப் போகலாம். இவை எல்லாம் மெழுகு. தவறாக அழுத்தினால் எல்லாம் போய்விடும். கனகாம்பாள் பதிவைப் போட எனக்கு தைரியம் இல்லை. வேறு ஒரு உருளையை எடுத்தேன். அதில் இருந்த லேபிள் அரண்மனை ஆஸ்தான வித்துவான் ராமண்ணா பாட்டு 1902 என்று எழுதி இருந்தது. நான் எடுத்திருந்த முதல் பெட்டியிலேயே பல வருடத்துப் பதிவுகள் கலந்திருந்தன. ராமசந்திர பாகவதர் என்ற ராமண்ணா இந்த சமஸ்தானத்தில் பெயர் பெற்றவர். அவரும் பிரபல வித்வான். அந்த உருளையை எடுத்துத் தனியாக வைத்தேன். முதலில் அதைப் போட்டுப் பார்க்கலாம் என்று நினைத்தேன்.

கவனமாக அதை அந்தக் கருவியில் பொருத்தினேன். சுழல் கைப்பிடியை மெதுவாகச் சுற்றினேன். முதல் சுற்று சரியாக வரும் போல இருந்தாலும், வர வர இறுகிக்கொண்டே வந்தது. நடுவில் கர முர என்ற உலோகச் சத்தம் வேறு. நிறுத்தி விட்டேன்.

ரகு அருகில் வந்து அதை உற்றுப் பார்த்தான். "சார் ஏதாவது ஆயில் போட வேண்டுமோ என்னவோ..." எனக்கும் அது நல்ல எண்ணமாகத் தொன்றியது.

"சார், இதைப் போட்டுப் பார்க்கலாம்" ரகு கையில் மெஷின்களுக்கு எண்ணெய் போடும் ஆயில் கேன் எடுத்தான். "நான் எதற்கும் தேவைப்படும் என்று ரவீந்தரிடம் வாங்கி வைத்தேன்" என்றான்.

கவனமாக அவனே அந்தச் சுழல் கைப்பிடிக்கு அருகில் இருந்த துளையில் சொட்டுச் சொட்டாக எண்ணெய் போட்டான். எண்ணெயும் இரும்பும் கலந்த வாசனை எழுந்தது. மெதுவாக அதைச் சுற்றினான். இப்போது ஓசை எதுவும் வரவில்லை. ப்ளே செய்யும் கருவியைத் துடைத்து விட்டு, நான் கொடுத்த உருளையைப் பொருத்தி, சுழல் கைப்பிடியை முழுவதுமாகச் சுற்றி விட்டான். நான் மூச்சு விடாமல் அந்தக் கணத்தில் காத்திருந்தேன். உருளை மெதுவாகச் சுழல ஆரம்பித்தது. முதலில் காற்றுப் போல ஓசை வந்தது.

திடீரென்று புயல் போல ராமண்ணாவின் குரல் ஆரம்பித்தது. முதலில் ஒன்றும் புரியவில்லை. கவனமாகக் கேட்டேன்.

அடுத்த கணம் ஓலம் போல இருந்தது. மறுபடியும் கவனமாகக் கேட்டேன். ஒலிப்பதிவு இரண்டு நிமிடம்தான். ராமண்ணாவின் சங்கீதம் சற்றுக் கூட இனிமையாக இருக்கவில்லை. காட்டுக் கத்தல் என்று தோன்றியது. சங்கீதம் என்று சொல்வதே கடினம். அவர் இந்த ஊர் சமஸ்தானத்தில் மிகப் பெரிய வித்துவான் என்று பெயர் எடுத்தவர்.

ரகு, “என்ன சார், இப்படி இருக்கிறது? ஒருவேளை கருவியில் கோளாறாக இருக்குமோ” என்றான்.

நான், “ரகு, கருவி சரியாக வேலை செய்வது போலத்தான் இருக்கிறது. ராமண்ணா பாட்டு அவ்வளவுதான். அதுவும் அந்தக் காலத்துப் பாட்டு” என்றேன்.

“என்னவோ சார், இதைக் கேட்டால் பாட்டு மாதிரியே இல்லை” என்றான்.

“அப்படி எல்லாம் சொல்லாதே, ராமண்ணா இந்த சமஸ்தானத்தின் பெரிய வித்துவான்” சொல்லிக்கொண்டே நான் சற்று யோசித்தேன்.

“ரகு, இது எல்லாம் பிரித்துப் பார்த்து லேபில்களைப் படித்துக் கண்டுபிடிக்க நிறைய நேரம் ஆகும். மாலை வரை கூட ஆகலாம். நீ ரவீந்தரைப் பார்த்து இங்கேயே மதிய உணவு கிடைக்குமா இல்லை நாம் வெளியே போய் வர வேண்டுமா

என்று விசாரித்து வர முடியுமா?" என்றேன். ரகு தயங்கி நின்றிருந்தான்.

"நான் அதுவரை ஒலிப்பதிவுகளை எடுத்து காலவரிசையில் அடுக்கி அதில் சுந்தரம் தாத்தாவின் பதிவு இருக்கிறதா என்று தேடுகிறேன்" என்றேன்.

ரகு, "சார், நானும் தேடுகிறேன், இன்னும் இத்தனை பெட்டிகள் இருக்கின்றன" என்றான்.

"இல்லை ரகு, நீ போய்ச் சொன்ன வேலையைக் கவனி" என்றேன்.

ரகு அரைமனதுடன் வெளியே சென்றான். ஒருவேளை சுந்தரம் தாத்தாவின் ஒலிப்பதிவு கண்டுபிடித்தால், அந்த நேரத்தில் அவனும் இருக்க வேண்டும் என்று நினைக்கிறான் போல.

நான் ஒன்றொன்றாக உருளைகளை எடுத்து, திறந்து காகிதக் குறிப்புகளைப் பார்த்தேன். இப்படி ஒரே பெட்டியிலேயே பல வருடத்துப் பதிவுகள் கலந்து இருந்தால், எல்லாவற்றையும் திறந்து கண்டுபிடிக்க ஒரு நாள் போதாது என்று கவலையாக இருந்தது.

இன்னொரு பெட்டியைத் திறந்தேன். அதிலும் பழுப்பு உருளைகள்தான். கூடவே காகிதத்தில் பண்டிட் ராம்ரத்தன் என்று எழுதி இருந்தது. அவர் அந்தக் காலத்து ஹிந்துஸ்தானி சங்கீதத்தின் தலைசிறந்த பாடகர். அவரைப் பற்றி நிறையப் படித்திருக்கிறேன். தவிர பாட்டி நிறையச் சொல்லி இருக்கிறாள். அவர் குரல் கேட்க கச்சேரிகளில் ஆயிரக்கணக்கானவர் காத்திருப்பார்களாம். அவர் மதராஸில் வந்து பாடிய போது உள்ளூர் வித்துவான்கள் அவர் சங்கீதத்தைக் கேட்டு மயங்கிப் போனார்களாம். அதே சமயம் பயம் வேறு. அவர் எங்காவது நம்முடைய சங்கீதத்தைப் பாடச் சொல்லிக் கேட்டால் என்ன செய்வது என்று. அவருக்கு இணையாக யார் பாட முடியும் என்று விவாதித்துக் கடைசியாக ஏகமனதாக முடிவு செய்து சுந்தரம் தாத்தாவைதான் கேட்டுக்கொண்டார்களாம். பண்டிட் ராம்ரத்தனும் சுந்தரம் தாத்தாவின் கச்சேரியைக் கேட்டு மிகவும்

புகழ்ந்தாராம். நம்முடைய மானம் காப்பாற்றப்பட்டது என்று உள்ளூர் வித்துவான்களும் ரசிகர்களும் மகிழ்ந்துபோனார்களாம்.

அப்போது சிலர் இரண்டு பேரையும் சேர்ந்து பாட வைக்க வேண்டும் என்று விருப்பப்பட்டார்களாம். அதை இரண்டு பேரிடமும் தனித்தனியாகப் பேசி, ஒத்துக்கொள்ள வைத்தது அப்போது மயிலாப்பூரில் பெரிய வக்கீலாக இருந்த ராகவாச்சாரிதானாம். அந்தக் கச்சேரி மாதிரி வாழ்நாளில் கேட்க முடியாது என்று பாட்டி சொன்னாள். இரண்டு பேரும் ஒரே மேடையில் அமர்ந்தது பார்க்கவே கண்கொள்ளாமல் இருந்ததாம். ஜனங்கள் மந்திரத்தால் கட்டுண்டது மாதிரி கேட்டார்களாம். ஒருவருக்கு ஒருவர் சளைக்காமல், அதே சமயம் போட்டியாகவும் இல்லாமல் இரண்டு பேரும் உருகிப் பாடினார்களாம். அன்றைக்கே சுந்தரம் தாத்தாவுக்கு தக்ஷிண பாரத சங்கீத சக்கரவர்த்தி என்றும், பண்டிட் ராம்ரத்தனுக்கு உத்தர பாரத சங்கீத சாம்ராட் என்று ஜனங்கள் பட்டங்கள் கொடுத்தார்களாம். அப்படிப்பட்ட பண்டிட் ராம்ரத்தனுடைய சங்கீதம் என்று நினைக்கும்போதே புல்லரித்தது. அந்த ஒலிப் பதிவின் வருடமும் 1898 என்று எழுதி இருந்தது.

அடுத்தது ராம்ரத்தன் ஒலிப்பதிவைக் கேட்கலாம் என்று நினைத்தேன். அந்த உருளையை எடுத்துப் பொருத்தினேன். கைப்பிடியைச் சுற்றி ஓடவிட்டேன். ஒலி வந்தது.

அந்த இரண்டு நிமிடம் மிக மிக நீண்டதாகத் தோன்றியது.

நான் அப்படியே திறந்து கிடந்த பெட்டிகளை விட்டு விட்டு வெளியே வந்து திண்ணையில் அமர்ந்து யோசனையில் ஆழ்ந்தேன். சற்று நேரத்துக்குப் பிறகு மறுபடியும் தேட ஆரம்பித்தேன். நிறைய வாத்தியக் கருவிகள் ஒலிப்பதிவுகள் வந்தன. கடைசி உருளையைத் திறந்தேன். அதில் லேபிள் மடங்கி இருந்தது. அதை எடுத்துப் பிரித்துப் பார்த்தேன். ஒரு கணம் அதிர்ந்தேன். சுந்தரம் தாத்தாதான். மகாவித்துவான் மதராஸ் சுந்தரம் என்று இருந்தது. "கைவிரல்கள் நடுங்க அந்த உருளையை எடுத்தேன். ரகு இல்லை, சுற்றிலும் பார்த்தேன். வேறு யாரும் கூட இல்லை அந்த மகத்தான தருணத்தில்

நான் மட்டும். அந்த உருளையைக் கருவியில் பொருத்தி, கைப்பிடியைச் சுழற்ற ஆரம்பித்தேன்.

கை தானாக நின்றது. அதை ஓட விடவில்லை. அந்த உருளையை எடுத்துத் திரும்ப பெட்டிக்குள் வைத்தேன்.

மூடுவதற்கு முன் சுந்தரம் தாத்தாவின் பெயர் பொறித்த லேபிளை உள்ளே வைக்கவில்லை. அதை என்னுடைய சட்டைப் பையில் வைத்துக் கொண்டேன்.

மணி என்ன என்று பார்த்தேன். ரகு வருவதற்குள் எல்லா உருளைகளிலிருந்தும் லேபிள்களை மட்டும் எடுத்துவிட முடியும் என்று தோன்றியது.

பதாகை, பிப்ரவரி 2023

பசி

“டேய் ராம், இன்னிக்கு சாயங்காலம் என்ன செய்யப் போற? ஏதாவது வேலை இருக்குதா?” என்றான் சிவா.

“இல்லடா, இப்ப போய் ரூம்ல படுத்து ஒரு தூக்கம், ராத்ரி பதினொரு மணிக்கு ஸ்லீப்பர் பஸ் புக் செஞ்சிருக்கேன். வேற வேலை ஒன்றும் இல்லை” என்றேன்.

சிவாவை பல ஆண்டுகளுக்குப் பிறகு பார்க்கிறேன். படங்களில் பார்ப்பதை விட மிக வயதானவனாக இருந்தான். முகத்தில் சுருக்கங்கள், தலையில் நிறையவே வழுக்கை, இன்னும் கறுப்பாக, குண்டாக இருந்தான்.

“ராம், அப்ப நாம மலைக்கோட்டைக்குப் போகலாமா? உச்சிப் பிள்ளையார் கோவில் வரைக்கும் ஏறிட்டு, கீழ வந்து சிங்காரத் தோப்பு மெஸ்ஸில சாப்பிடலாம், திருச்சி வந்தே இருபது வருடத்துக்கு மேல ஆகி இருக்கும்” என்றான்.

என்னுடைய பெயர் ஸ்ரீராம், ஆனால் சிவா எப்பவுமே என்னை ராம் என்றுதான் கூப்பிடுவான். சிவா என்னுடைய கல்லூரித் தோழன். இப்போது வயதாகிவிட்ட பிரபல நடிகன். சுமார் பத்து வருடம் முன்பு கூட ஹீரோவாக நடித்த படங்கள்

வணிகரீதியிலும் பெரிய வெற்றி. மேலும் சிவாவுக்கு விருதுகள் வந்து ஒரு தனி இடம் இருந்தது. இப்போதும் வயதுக்குத் தகுந்த பாத்திரங்களில் நடித்துக்கொண்டிருக்கிறான்.

திருச்சியில் கல்லூரி படிக்கும்போதே நாடகக் குழு நடத்தி, ஆண்டு விழாவில் அமர்க்களப்படுத்துவான். நாங்கள் போஸ்டரைப் பார்த்துவிட்டு மலையாளப் படம் அல்லது ஃப்ரெஞ்ச் படம் பார்க்கச் சென்றால், சிவா பெர்க்மான் படம் என்று திரைப்பட விழாவுக்கு பெங்களூரோ சென்னையோ போய் வருவான்.

படித்து முடித்த பிறகு எங்கள் வகுப்பில் பெரும்பாலோர் பொதுத்துறை பிறகு ஐ.டி கம்பெனி என்று வேலை, திருமணம், குழந்தைகள் என்று வாழ்க்கை அமைத்துக்கொண்டிருந்தபோது, சிவா சென்னைக்குச் சென்று தீவிரமாக திரைத் துறையில் புகுந்தான். இப்போது நாங்கள் பையன் பெண் படிப்பு, திருமணம் என்று கவலைப்பட்டுக் கொண்டிருக்க, சிவா குடும்பம் எதுவும் இல்லாமல் நிம்மதியாக இருந்து கொண்டிருக்கிறான்.

இப்போது கூடவே ஏற்றுமதி இறக்குமதி வணிகம். அதிலும் நிறைய சாதித்து, நிறைய பணம் பார்த்து வருடத்தில் பாதி நாள் துபாயில் இருக்கிறான். அவ்வப்போது தொலைக்காட்சி சானல்களில் வருவான்.

“சிவா சார், ராஜா சாரோட உங்க அனுபவம் பத்தி சொல்றீங்களா?” என்று சூப்பர் சிங்கருக்கு நடுவில் கேள்வி கேட்பார்கள்.

கல்லூரி நாட்களில் நாங்கள் இருவரும் நெருங்கிய நண்பர்கள். வாராவாரம் துவாகுடியிலிருந்து பஸ் பிடித்து திருச்சி டவுனுக்கு வந்து படம் ஏதாவது பார்த்து விட்டு, இல்லை கோவிலுக்குப் போய் விட்டு சாப்பிட்டுத் திரும்புவோம். கல்லூரிக்குப் பிறகு சில வருடங்கள் தொடர்பு இருந்தது. கடிதங்கள் எழுதிக்கொண்டிருப்போம். அப்போது அவன் நடிகனாக முயற்சி செய்து கொண்டிருந்தான். பிறகு அவன் துணைப் பாத்திரமாக நடித்து கவனம் பெற்றான். அவ்வப்போது

நான் அவனுக்குக் கடிதம் எழுதுவதுண்டு; அவனும் பதில் போடுவான். பிறகு தொலைபேசியில் பேசிக்கொள்வதுண்டு. ஒரு முறை சென்னைக்குப் போனபோது அவனைப் பார்க்க முயன்றேன். ஆனால், அன்று வெளியூரில் படப்பிடிப்பு, பார்க்க முடியவில்லை. அப்படியே தொடர்பு குறைந்து வந்தது.

நான் அவனுடைய புதிய படம் ரிலீஸ் ஆகும்போதெல்லாம் அலுவலக நண்பர்களிடமும் உறவினர்களிடமும் அவன் என்னுடன் கூடப் படித்தவன் என்றும், அதிபுத்திசாலி, நெருங்கிய தோழன் என்றும் சொல்லிக்கொள்ளுவேன். மற்றபடி அவனை நேரில் பார்க்கவும் இல்லை, பேசவும் இல்லை. படங்களைப் பார்த்துவிட்டு வாட்ஸப்பில் வாழ்த்து அனுப்பினால் நன்றி தெரிவித்துப் பதில் போடுவான்.

அவ்வப்போது, உன்னைப் பார்க்கவேண்டும், நிறையப் பேச வேண்டும், திருச்சிக்குப் போக வேண்டும் என்று பதிலுடன் சேர்த்து எழுதுவான். இவ்வளவு வருடங்களில் அவன் எந்த வகுப்புத் தோழர்களின் குடும்ப விழாவுக்கும் வந்ததில்லை. இந்த முறை அதிசயமாக வந்திருக்கிறான். அது எங்களுடைய கல்லூரி வகுப்புத் தோழனுடைய மகள் திருமணம். எங்கள் இருவருக்குமே அவன் நண்பன். கல்யாண விருந்து சாப்பிட்டு விட்டுக் கைகழுவிக் கொண்டிருந்தோம். கட்லெட்டும், வெஜிடபிள் பிரியாணியும் நான், பனீர் பட்டர் மசாலாவும், ரசகுல்லாவும் அருமை. நான் அதிகமாகவே சாப்பிட்டு விட்டேன். சிவாதான் சரியாகச் சாப்பிடவில்லை.

"என்னடா ராம், திருச்சியிலயும் இப்படி ஆயிடுச்சா? ஒரு நல்ல சாம்பார் ரசம் அவியல் பாயசமும் இருக்கும்னு எதிர்பார்த்தேன்" என்றான்.

"ஏன், சாப்பாடு நன்றாக இருந்ததே" என்றேன் நான்.

"நீ எல்லாருடைய வீட்டு விசேஷங்களையும் விடறதில்ல இல்ல?"

நான் எங்கள் நண்பர் வீட்டுத் திருமணம் போன்ற நிகழ்ச்சிகளின் படம் வழக்கமாக சிவாவுக்கு அனுப்புவேன்.

“ஆமாம் சிவா, ஏதோ என்னுடைய வேலையில வேணும்கிற போது லீவு எடுத்துக்க முடியுது” என்றேன்.

“லீவு மட்டும் கிடச்சா போதுமா? எல்லாரும் போகிறதில்லயே, நீ எப்பவுமே உறவுக்காரங்க நண்பர்கள் எல்லார்கிட்டயும் தொடர்புல இருக்குற” என்றான்.

“உனக்கு மட்டும் என்ன, ஊர் முழுவதும் உறவுதான், உன்னுடைய வீட்டிலும் அலுவலகத்திலும் எப்பவுமே கூட்டம்தான், பத்திரிகைகளில் படம் போடுவாங்களே.”

சிவா அதற்குப் பதில் சொல்லாமல் “சரி, நாம மலைக் கோட்டைக்குப் போகலாமா, நாம முப்பது வருடங்களுக்கு முன்னால் போன மாதிரி நாம மட்டும் தனியா மறுபடியும் போகணும்” என்றான்.

“போகலாமே, நானும் மலைக்கோட்டை ஏறி பல வருடங்கள் ஆச்சு. முட்டி வலிக்கும், பரவாயில்லை. உன்னை இத்தனை வருடங்களுக்குப் பிறகு பார்க்கிறேன், போகலாம். சாப்பாடு சற்று அதிகமாகச் சாப்பிட்டு விட்டேன், ஒரு சின்ன தூக்கம் போட்டுவிட்டுக் கிளம்பலாம்” என்றேன்.

“ராம், எனக்கும் சற்று ஓய்வு எடுத்தால் நல்லது. நானும் உன்னுடைய ஹோட்டலுக்கே வரட்டுமா, இங்கேயே பக்கத்தில்தானே” என்றான் சிவா.

என்னுடைய குடும்பமும் யாரும் வரவில்லை. அதனால் தொந்தரவு எதுவும் இல்லை. ஆனால், நான் தங்கி இருந்தது சத்திரம் பஸ் ஸ்டாண்டு அருகே ஒரு சின்ன ஹோட்டல். நட்சத்திர ஹோட்டல் இல்லை. நான் படித்து முடித்து நல்ல மதிப்பெண்கள் வாங்கி இருந்தாலும், பெரிய கம்பெனி எதிலும் சரியாக வேலை கிடைக்கவில்லை. ஏதோ ஒரு சிறிய கம்பெனியில் கிடைத்த வேலையில் சில மாதங்களிலேயே பாஸுடன் தகராறு. வேலையை விட்டு விட்டுச் சில மாதங்களுக்குப் பிறகு இன்னொரு கம்பெனியில் சேர்ந்து, அங்கேயும் அதே மாதிரி ஆயிற்று.

சரி நமக்கு இந்த மாதிரி வேலை சரிப்பட்டு வராது என்று, புதிதாக ஆரம்பித்திருந்த ஒரு பொறியியல் கல்லூரியில் ஆசிரியனாகச் சேர்ந்தேன். பகுதி நேர மேல் படிப்பை முடித்துக் கொண்டு அங்கேயே இருக்கிறேன். சிவா காவிரிக் கரையில் ஒரு புதிய ரிஸார்டில் தங்கி இருக்கிறான் என்று தெரியும். அங்கே போக அதிகம் நேரம் ஆகாது. காரில்தான் வந்திருக்கிறான். பென்ஸ் கார், சீருடை அணிந்த ட்ரைவருடன். நான் இருந்த ஹோட்டல் அறையில் பெரிதாக வசதி எதுவும் கிடையாது. அறைக் கதவைத் திறந்தால் காலில் இடிப்பது மாதிரி இரண்டு சின்ன கட்டில்கள், ஒரு பக்கம் வண்ணப் பூக்கள் போட்ட பழைய திரையுடன் ஒரு ஜன்னல், வெளியே பார்த்தால் பஸ் ஸ்டாண்ட், கூட்டம், ஆட்டோ சத்தம்தான்.

அவன் இருக்கும் இடத்தில் அமைதியான மாந்தோப்புக்கு நடுவே காவிரி ஆறு தெரியும். அவன் அங்கேயே போய்விட்டு மாலையில் வந்திருக்கலாம். கேட்கும்போது எப்படி வேண்டாம் என்று சொல்வது என்று யோசித்தேன்.

“சிவா, அந்த ஹோட்டல் வசதிக் குறைவு, உனக்கு சரிப்பட்டு வராது” அவனே அதற்குள் முடிவு செய்து விட்டான்.

“நீ தங்கி இருக்க இல்ல, அப்புறம் என்ன?” அவனுடைய காரிலேயே நான் தங்கி இருந்த ஹோட்டலுக்குச் சென்றோம். பாதி இருட்டாக இருந்த ரிசப்ஷனில் ஒரு நடுத்தர வயசில் ஆள் அரைத் தூக்கத்தில் மொபைலில் ஏதோ வீடியோ பார்த்துக் கொண்டு இருந்தான்.

லிஃப்ட் திறந்தால் கிறீச்சிடும் கம்பிக் கிராதியுடன் பார்க்கும்போதே சந்தேகமாக இருந்தது. ‘படிகளில் நடந்தே ஏறலாம்’ என்றான் சிவா. மலிவான ப்ளாஸ்டிக்கில் பெரிதாக ஹோட்டல் பெயர் எழுதி இருந்த செவ்வக வில்லையாக இருந்த சாவியை எடுத்து அறைக்கதவைத் திறந்து ஃபேனைப் போட்டேன். அது சீரான ஒலியுடன் சுழன்றது. கூடவே வெளியிலிருந்து பஸ்களின் கொடூரமான ஹாரன்.

“சிவா, சாரி, இந்த மாதிரி இடம் எல்லாம் உனக்குப் பழக்கம் இருக்காது, இந்தச் சத்தத்தில் தூங்கவே முடியாது” என்றேன்.

சிவா "ராம், அதெல்லாம் ஒண்ணும் இல்லை, நாம இந்த மாதிரி சூழ்நிலையில வளர்ந்தவங்கதானே" என்று சட்டையக் கழற்றி சுவரில் மாட்டிவிட்டு ஒரு கட்டிலில் படுத்தான்.

"ஆகா, அருமையாகத் தூக்கம் வருது" என்று சில நிமிடங்களிலேயே மெல்லிய குறட்டையுடன் தூங்கிவிட்டான்.

நன்றாகப் பழகிய வீட்டில் நிச்சிந்தையாகத் தூங்கும் பூனை போல. நான் சற்று நேரம் வாட்ஸப், வீடியோ எல்லாம் பார்த்துவிட்டுப் படுத்தேன். தொடர்ந்து ஒலித்த பயங்கரமான ஹாரனுக்கு எழுந்தபோது மணி ஐந்து ஆகி இருந்தது. சிவா இன்னும் உறங்கிக்கொண்டிருந்தான். நான் ஓசை செய்யாமல் எழுந்து பாத்ரூம் சென்று முகம் கழுவிக்கொண்டேன். சிவாவும் எழுந்துவிட்டான்.

கட்டலில் இருந்தபடியே "டேய் ராம், இந்த மாதிரி நான் தூங்கி பல வருஷம் ஆச்சு" என்றான். நேரம் பார்த்துவிட்டு அவனும் எழுந்து தயார் ஆனான்.

மொபைல் போனை எடுத்துப் பார்த்துவிட்டு "ஏழு கால்" என்றான். அவனுடைய உதவியாளன், மற்றும் ஒரு பிரபல டைரக்டரின் பெயரைச் சொன்னான்.

"சிவா, ஏதாவது அவசரமா இருக்கும், திரும்ப அழைத்துப் பேசி விட்டுக் கிளம்பலாமா" என்றேன். தேவை இல்லை என்பது மாதிரி இடது கை சைகையிலேயே தெரிவித்தான்.

"நேரா மலைக் கோட்டைக்குப் போகலாமா? ஆனால், உன்னுடைய கார் அங்கே போவது முடியாது" என்றேன்.

குறுகலான சாலை, அதுவும் நிறைய பைக், ஆட்டோ தவிர எக்கச்சக்கமாக ஆட்கள் நடந்து கொண்டிருப்பார்கள். "காரா? நாம நடந்தே போகலாம்" என்றான்.

"இலல சிவா, இங்க ரோடெல்லாம் அழுக்கா இருக்கும், ஒரு ஆட்டோ புடிச்சு நேரா மலை வாசல்ல போய் இறங்கிடலாம்" என்றேன்.

"ஆட்டோ எல்லாம் வேண்டாம் ராம், நடக்கலாம் வா."

"உன்னை யாராவது அடையாளம் கண்டுகொண்டால், கூட்டம் சேர்ந்துவிடும், வீடியோ எடுத்து சோஷியல் மீடியாவுல போட்டுருவாங்க."

"ராம், அப்படி எதுவும் ஆகாது, மேக்கப் இல்லாம மேகலாவுக்கே என்ன அடையாளம் தெரியாது" என்று சாதாரணமாகச் சொன்னான்.

மேகலா ஒரு பிரபல நடிகை முன்காலத்தில். இப்போது ஏதாவது அம்மா பாத்திரங்களில் நடித்துக்கொண்டிருக்கிறாள். அவள் சிவாவோடுதான் இருப்பதாக பத்திரிகைகளில் செய்தி வந்திருந்தது. இருவருக்கும் திருமணம் எதுவும் ஆகவில்லை. அவளைப் பற்றி நான் எதுவும் கேட்கவில்லை. படிகளில் இறங்கி வெளியே வந்தோம். மாலை வெயில் சூடு இன்னும் உக்கிரமாக இருந்தது. புழுதியும் சத்தமும் சூடும் கூட்டமும் எனக்கே நடப்பதற்குக் கடினமாக இருந்தது. சிவா உற்சாகமாக இருந்தான். மெயின்கார்டு கேட்டுக்கு நடந்தோம். சாலையில் இரண்டு பக்கமும் நிறைய வாகனங்கள்.

"அப்ப எல்லாம் இவ்வளவு வாகனங்கள் கிடையாது இல்ல, புதிய எவர்சில்வர் பாத்திரம் போல பளபளக்கும் சீரங்கம் பஸ் அஞ்சு நிமிஷத்துக்கு ஒண்ணு வரும்."

"ஆமாம், இப்ப நடக்கக் கூட இடம் இல்லை."

"ராம், ஒரு டீ குடிக்கலாமா?" என்று சிறிய டீக்கடையில் நின்றான்.

"சிவா, இங்க எல்லாம் டீ வேணுமா, மெயின் கார்டு கேட்டு உள்ள போய் வசந்தபவன் மாதிரி எங்கயாவது உட்கார்ந்து டீ குடிக்கலாம்" என்றேன்.

"இல்ல, எனக்கு இங்கதான் டீ வேணும்" என்றான். டீ குடித்து விட்டு நடந்தோம், சிவா மிக உற்சாகமாக இருந்தான். யாரும் அவனை அடையாளம் கண்டுகொள்ளவில்லை.

"இங்கதானே ஒரு பழைய புத்தகக் கடை இருக்கும், நாம கூட சுஜாதா, பாலகுமாரன் புக்கெல்லாம் வாங்குவோம்?"

அங்கே இப்போது அடுக்கு மாடி நகைக் கடை இருந்தது. மெயின் கார்டு கேட் வந்தோம். அங்கே இருந்த தொல்லியல் இலாக்காவின் போர்டை நின்று படித்தான்.

"ராம், இது பாரு நாயக்கர்கள் கட்டியது, ப்ரிட்டிஷ், ஃப்ரெஞ்சு, ஆர்க்காடு நவாப் எல்லோரும் சண்டை போட்டிருக்கிறார்கள். இப்போது தெரு முழுவதும் ப்ளாஸ்டிக் குப்பைகளை விற்றுக் கொண்டிருக்கிறோம்" என்றான்.

"ஆமாம் இங்க எல்லாப் பொருட்களும் கிடைக்கும், நான் ஒரு மொபைல் போன் கவர் வாங்க வேண்டும்" என்றேன்.

"பரவாயில்லை, முன்பு மாதிரி திறந்தவெளிக் கழிவறையாக இல்லை" என்றான்.

கோட்டை வாயிலின் வழியாக உள்ளே நடந்தோம்.

"இங்க பேரீச்சம்பழ வண்டி இருக்குமே" என்றான்.

"முன்பு கரிப் புகையுடன் மண்ணெண்ணெய் விளக்கு வெச்சுட்டிருப்பாங்க, இப்ப எல்இடி லைட் ஆயிடுச்சு. அப்ப இந்த இடத்துல பலாப்பழ வாசனையும் மண்ணெண்ணெய் வாசனையும் மல்லிகைப்பூ வாசனையும் சேர்ந்து ஒரு தனி அனுபவம்" என்றான்.

இப்போது அங்கே குடையைத் தலைகீழாக விரித்து வைத்து அதில கைக்குட்டையும் சாக்சும் விற்றுக் கொண்டிருந்தார்கள். கூட்டம் நெரிந்தது. மேலே இடித்துக்கொண்டுதான் நகர முடிந்தது. ஒருவன் சிவாவை முரட்டுத்தனமாகத் தள்ளிவிட்டு ஓடினான்.

"சிவா, பர்ஸ் பத்திரம்" என்றேன்.

"ராம், பர்ஸ் எல்லாம் என்னிடம் கிடையாது, நீ தான் இன்றைக்கு எனக்கு எல்லாம் வாங்கித் தர வேண்டும்... நம்ம காலேஜ் தினங்கள் மாதிரி" என்று புன்னகைத்தான்.

மேலே நடந்தோம். தெப்பக்குளமே தெரியாதபடி கடைகள். "தண்ணீர் இருக்கிறதா" ஒரு இடைவெளியில் கம்பி கேட்டைப்

பிடித்துக்கொண்டு உள்ளே எட்டிப் பார்த்தான். நான் கண்ணில் நீர் வராமல் வெங்காயம் பொடிப் பொடியாக நறுக்க முடியும் என்று விற்றுக்கொண்டிருந்த உபகரணத்தை 'கிர் கிர்' என்று இழுத்துப் பார்த்தேன். நல்ல வலுவாகத்தான் இருந்தது. வரும்போது வீட்டுக்கு ஒன்று வாங்கிக்கொள்ள வேண்டும்.

“ராம், இங்க மிதி பாகல் விப்பாங்க, பிரம்புக் கூடை நிறைய இருக்கும், அளக்கும் படியில் குவித்து விற்பார்கள். சின்னச் சின்னதாக கோலி சைஸில் பாகல்காய். ஒவ்வொரு முறையும் ஊருக்குப் போகும்போது வாங்கிட்டுப் போவேன்” என்றான்.

“குண்டு மல்லி நல்லாவே இருக்குது” என்று இரண்டு முழம் வாங்கினான். பூ வளமாக பெரிதாக இருந்தது.

“நல்லா இருக்குது, இப்ப பூ உனக்கு எதற்கு?” என்றேன்.

“மாணிக்க வினாயகருக்கும், மேலே உச்சிப் பிள்ளையாருக்கும்” என்றான்.

சாரதாஸில் உள்ளே நுழைய வரிசையாக கூட்டம் நின்றிருந்தது. கதவுக்கு அருகில் போய்ப் பார்க்கலாம் என்றான். யாராவது உள்ளே நுழைய திறக்கும்போது ஏஸி குளிர் இதமாக அடித்தது. உள்ளே பார்த்துவிட்டு “இது மட்டும் மாறவே இல்லை” என்றான்.

நிறைய பெரிய பெரிய கடைகள், எல்லாவற்றிலும் கூட்டம். “ராம், மக்கள் கிட்ட பணம் இல்ல, எல்லாரும் கஷ்டப்படறாங்க அப்படின்னு அரசியல் கட்சிகள் சொல்லுறாங்களே, இங்க வந்து பார்க்கணும், யாராவது ஏழை நாடுன்னு சொல்ல முடியுமா?” என்றான்.

சிந்தாமணி சூப்பர் மார்க்கெட் கடைகளுக்கு நடுவே இருந்தது. “பரவாயில்லையே இது இன்னும் தப்பித்திருக்குது. தொல்பொருள் இலாகா கவனிக்க வேண்டிய இடம், இத்தனை மால் வந்த பிறகும் திருச்சியிலதான் இருக்க முடியும்” என்றான்.

மலை வாசலுக்கு வந்து விட்டோம். “இங்க ஒரு சர்பத் கடை இருக்குமே, மலை ஏறுவதற்கு முன்னால் நன்னாரி சர்பத் குடிக்கலாம்னு பார்த்தேன்” என்றான்.

நானும் நன்னாரி சர்பத் குடித்துப் பல வருடங்கள் ஆயிற்று. அந்தக் கடை இப்போது இல்லை. சற்று அருகில் மதுரை ஒரிஜினல் ஜிகிர்தண்டாதான் இருந்தது. சிவா, "அது வேண்டாம் என்றான். அது மதுரையில போய் குடிக்கலாம், திருச்சியில நன்னாரிதான் வேணும்" என்றான்.

மலை வாசலுக்கு வெளியே பெரிய துணிக்கடைகள் இருந்தன. "இங்க பித்தளைப் பாத்திரக் கடை இருக்கும், பெரிய அண்டா முழுக்க சின்னச் சின்ன வட்டமா புள்ளிகள் பளபளக்கும், வாசலில் மெஷின் வெச்சுட்டு பெயர் பொறிச்சிட்டிருப்பாங்க. தமிழ்நாட்டுல பாத்திரத்துல பெயர் எழுதற பழக்கம் சங்க காலத்திலிருந்தே உண்டு. கீழடியில கிடைச்ச மண்பாண்டத்திலிருந்து ஆதாரம், ம், இப்ப அதுவும் இல்ல" என்றான்.

மலைவாசல் உள்ளே இரண்டு பக்கமும் கடைகள் இருந்தன. பூ, பூஜைக்கு வேண்டிய பித்தளைப் பொருட்கள், சாமி படங்கள் எல்லாம் முன்பு போலவே இருந்தன "ராம், இங்க பூக்கடையில சந்தனம் அரைச்சுப் பெரிய பந்து மாதிரி உருட்டி பன்னீர் தெளிச்சு, சந்தனக் கல் மேல வெச்சிருப்பாங்க, உள்ள வரும்போதே மணம் கமழும், இப்ப இல்லயே?" என்றான்.

செருப்பு விடும் இடத்துக்கு அருகில் நிறைய வாழைத்தார்கள் அடுக்கி வைக்கப்பட்டிருந்தன "வாழைத்தார் கட்டணுமா, இங்க வாங்க" என்று தம்பதியாக வந்தவர்களைக் கடைக் காரர்கள் கூவி அழைத்துக்கொண்டிருந்தார்கள்.

"ராம், நீயும் வாழத்தார் கட்டினயா? எத்தன பசங்க உனக்கு?" என்று விசாரித்தான். சுகப்பிரசவத்துக்கு தாயுமானவர் சன்னிதியில் வாழைத்தார் கட்டி வழிபடுவது வழக்கம். "இப்ப என் மகளுக்குக் கட்டணும்" என்றேன். மாணிக்க வினாயகர் சன்னிதியில் கூட்டம் அதிகமாக இருந்தது.

"எல்லோரும் மேலே ஏறிச் சிரமப்படாமல் வினாயகரை இங்கயே பார்த்துடறாங்க, நாம மேலே ஏறலாம், சீக்கிரம் போக வேண்டும், முன்பு எல்லாம் ஆறரை மணிக்கு மூடி விடுவார்கள், இப்ப எப்படியோ" என்றான்.

ஒரு முழம் மல்லிப்பூவை அர்ச்சகரிடம் கொடுத்துவிட்டு, தீபாராதனை பார்த்து, விபூதி வாங்கிக் கொண்டு எத்தனை மணிக்கு மேலே கோவிலை மூடிவிடுவார்கள் என்று விசாரித்தான்.

“எட்டு மணி வரை திறந்திருக்குமாம், இருட்டினால் நல்லதுதான்” என்றான்.

“சிவா, முன்ன எல்லாம் மேலே பாறையில் குதிச்சுத் தற்கொலை செஞ்சுக்குவாங்க. அதனாலயே சீக்கிரமே மூடிருவாங்க. இப்ப எல்லாம் பாதுகாப்பா வேலி போட்டாச்சு. சரி, போகலாமா” என்றேன்.

“வேண்டாம், டேய் ராம், எனக்குப் பசிக்குதுடா, இப்படியே நடந்து சிங்காரத் தோப்பு மெஸ்ஸில சாப்பிடலாமா? பிறகு வந்து தெம்பா மலை ஏறலாம்” என்றான்.

“சிவா, மேலே ஏறி இறங்கிய பிறகு பசிச்சு சாப்பிடலாமே” என்றேன். அவன் என் பதிலுக்குக் காத்திருக்கவில்லை. மலை வாசலிலிருந்து வெளியே வந்தோம். பெரிய கடைத் தெருவில் முதலிலேயே இன்னும் நாட்டு மருந்துக் கடைகள் இருந்தன. துருப்பிடித்த மூடிகளுடன் அழுக்குக் கண்ணாடி ஜாடிகளில் வேர், பொடி, புட்டிகளில் தைலங்கள், கட்டித் தொங்க விட்டிருந்த இலை, சின்ன தராசு, நடுவே வயதான அம்மாள். சிவா, “அமுக்கரா கிழங்கு இருக்குதாம்மா?” என்று கேட்டான்.

“உடம்புக்கும் மனதுக்கும் மிக நல்லது, புத்துணர்ச்சியும் அமைதியும் கொடுக்கும், உனக்கும் வேணுமா? ஆயுர்வேதத்துல அஸ்வகந்தான்னு சொல்லுவாங்க” என்றான்.

“இல்ல, வேணாம் சிவா” என்றேன்.

“உனக்குத் தேவை இல்லைதான்” என்றான்.

நடந்து சிங்காரத் தோப்புக்கு வந்தோம். சந்து சந்தாக விரிந்தது. துணிக்கடைகளில் இறுக்கமாக சுடிதார் அணிந்த பெண் பொம்மைகள் வரிசையாக இருந்தன. வண்ண வண்ண

உள்பாவாடைகள் சகாய விலையில் நாடாவுடன் இருந்தன. லுங்கிக் கடைக்கு அருகில் பெரிய திறந்த சாக்கடைக்கு அடுத்த ஹோட்டலில் கரும்பலகையில் மெனு எழுதி சாப்பாடு, டிபன் ரெடியாக இருந்தது.

சிவா, "ராம், இங்க வேண்டாம், நாம போவோமே அதே மெஸ் இன்னும் இருக்குதான்னு பார்க்கலாம், தேங்காய்ப் பாலுடன் நண்டுக் குழம்பு" என்றான்.

பக்கவாட்டுச் சந்துகள் இன்னும் குறுகலாயின. நாங்கள் காலேஜ் படிக்கும் நாட்களில் இருந்த மெஸ் இப்போது இருக்கவில்லை. சிவா ஏமாற்றமாக இருந்தான்.

"ச்ச, வேணுங்கிற மாதிரி ஒரு சாப்பாட்டுக்குக் கூட வழி இல்ல" என்றான்.

"ஏன் சிவா அப்படிச் சொல்லற, என் எஸ் ஆர் ரோடுல இப்ப நார்த் இண்டியன், பிட்ஸா எல்லாம் வந்திடுச்சு, உனக்கு என்ன வேணும்னு சொல்லு, ஏஸி ரூமில போய் உட்கார்ந்து சாப்பிடலாம்" என்றேன்.

"வேணாம், மலை ஏறலாம்" என்று வேகமாகத் திரும்பினான்.

நான் அவன் கூட ஓட வேண்டி இருந்தது. மறுபடி மலை வாசலுக்குள் நுழைந்து ஏற ஆரம்பித்தோம். என்னால் சிவாவின் வேகத்துக்கு ஈடுகொடுக்க முடியவில்லை. முதல் படிகள் தாண்டி குறுக்கே தெருவைத் தாண்டி நடந்தோம்.

"யானை எங்கே காணவில்லை?" என்று தேடினான்.

முன்பு ஒவ்வொரு முறையும் யானைக்கு பழம் வாங்கிக் கொடுத்துவிட்டு, காசையும் கொடுத்து, பாகனிடம் சொல்லி தலையில் துதிக்கை வைத்து ஆசீர்வாதம் வாங்கிக் கொள்ளுவான்.

"இங்க இன்னொரு பல்லவர் குகை இருக்குதுல்ல? அருமையான சிற்பங்கள் உண்டு!"

"வேண்டாம் சிவா, நேரமாயிடுச்சு, இன்னும் மேல ஏறணும்" அந்தக் குகைக்குப் போனால் சிற்பங்களைப் பார்த்து

மணிக்கணக்காக நின்றுவிடுவான். நூற்றுக்கால் மண்டபம் பூட்டி இருந்தது. ஜன்னல் வழியாக எட்டிப் பார்த்தான்.

“அழகான மண்டபம், இப்படிப் பூட்டி வெச்சுட்டாங்களே” என்றான்.

பக்கவாட்டில் படிகளுக்கு அருகே இருந்த புத்தகக் கடையில் பட்டினத்தார் பாடல்களுடன் பெரிய எழுத்து விக்கிரமாதித்தன் கதை கயிற்றில் தொங்கியது. அதை சிவா வாங்கிக் கொண்டான்.

“ஆகா, ராம், எத்தனை கற்பனைகள் இதிலே, இதிலிருந்து நூறு படம் எடுக்கலாம்” என்றான்.

புரட்டிப் பார்த்துக்கொண்டே. எனக்குத்தான் படி ஏறுவது கடினமாக இருந்தது. சிவா சிரமப்படாமல் ஏறினான். பங்குனித் திருவிழா என்று பெரிதாகத் தட்டியில் போஸ்டர் கட்டி இருந்தார்கள். அதை விலக்கி பின்னால் இருந்த தூணில் குதிரை வீரனைக் காண்பித்தான்.

“என்ன ஒரு வேலைப்பாடு, இதை மறைச்சு போஸ்டர்” என்று வருத்தப்பட்டான்.

“சிவா, உச்சிப் பிள்ளையார் பார்க்கணுமா, வேணாமா? நேரமானால் மூடிடுவாங்க, தாயுமானவரை வரும்போது பார்க்கலாம்” என்றேன்.

“மேலதான் போகணும்” என்றான்.

வலப் பக்கம் திரும்பி மேலே ஏற ஆரம்பித்தோம். மகேந்திர வர்மனின் குடைவரை கம்பி போட்டு மூடி இருந்தது.

“இதையும் மூடிட்டாங்களா? இங்கே பல்லவ கிரந்த கல்வெட்டுகள் உண்டு. ராம், உனக்கு ஞாபகம் இருக்குதா? இங்கே உள் அறையில் ஒரு சுரங்கப் பாதை இருக்கும். இங்கிருந்து தஞ்சாவூர் வரை போகும் அப்படின்னு சொல்லுவாங்க.”

“ஆமாம், நாம கூட ஒருமுறை யாரும் பக்கத்துல இல்லாத போது அதுல இறங்கிப் பார்த்தோமே.”

“அப்போது வௌவால் முகத்தில் அடிக்க எப்படி பயந்து போனோம்” என்றான்.

மேலே மின்சார விளக்குகள் எரிய ஆரம்பித்தன. “ராம், இங்க பிரசாத ஸ்டால் இன்னும் இருக்குதா?”

நாங்கள் ஒவ்வொரு முறையும் மிளகு வடையும் கடலை மிட்டாயும் வாங்கிச் சாப்பிடுவோம். இப்போதும் கடை இருந்தது. ஆனால், சிப்ஸூம் குளிர்பானங்களும் விற்றுக் கொண்டிருந்தார்கள். “எல்லாம் போச்சு” என்றான் சிவா.

“சிவா, உனக்கு பசின்னு சொன்ன, எதுவும் சாப்பிடல, ஒரு சிப்ஸ் பாக்கட் வாங்கட்டுமா?”

கடிகாரத்தைப் பார்த்து, “டேய் சீக்கிரம் மேலே ஏறலாம், ரயில் வரும். சீரங்கம் ப்ரிட்ஜூல ரயில் வரும் அழகைப் பார்க்கவே நாம இங்க வருவோமே” என்றான்.

சற்று மூச்சுவாங்க, மேலே விரைவாக நடந்தோம். பக்கவாட்டில் கம்பிகள் போட்டுப் பாதுகாப்பு செய்து இருந்தது.

“அப்ப வெறும் துருப்பிடிச்ச தண்டவாளக் கம்பிதான் இருக்கும், பிடிச்சுக்கிட்டு நடந்தால் கையில் இரும்பு வாசனை வரும்” என்றான் சிவா.

“ஆமாம்” என்றேன்.

சிவா அப்படியே நின்றுவிட்டான். ஆற்றில் நிறையத் தண்ணீர். பாலத்தில் ரயில் வண்டி வந்தது. சிறு குழந்தை மாதிரி உற்சாகமாக எனக்குக் காண்பித்தான். சிவா கையைக் காட்டி, “ராம், உள்ளே நுழைந்து பாறைகளில் போக முடியுமா?” என்றான்.

“சிவா, வேண்டாம், ஆபத்தான இடம் அது, சறுக்கிவிடும். வேண்டாம்” என்றேன்.

கேட்காமல் சிவா கம்பிகளுக்கு ஊடே ஏறிக் குதித்து, அடியில் புகுந்து வேகமாக பாறையில் இறங்கினான். முள்வேலி போட்டுத் தடுத்திருந்தார்கள்.

“டேய் சிவா, அங்கே போகாதே , வந்து விடு” என்று உரத்துக் கத்தினேன்.

சுவரின் மேல் எப்படியோ ஏறி ஒரு விளிம்பில் நின்று கொண்டு காட்சியில் உறைந்துபோனான். பிறகு சற்றுத் தள்ளாடுவது போல இருந்தது. அப்படியே குதித்துவிடுவான் போல இருந்தான்.

நான், “சிவா” என்று கூவினேன். யாராவது உதவிக்கு இருக்கிறார்களா இல்லை நானே இறங்கி அவனைப் பிடிக்கலாமா என்று பார்த்தேன். கீழ்வானம் முழுவதும் சிவந்த மேகங்கள். சிவப்பும் மஞ்சளும் ஆரஞ்சும் வண்ணக் கலவை ஒவ்வொரு வினாடியும் மாறிக்கொண்டிருந்தன. சற்றுக் கீழே ஒரு கிளிக் கூட்டம் ஒலி எழுப்பிப் பறந்து சென்றது.

அந்தக் காட்சியைக் கண்ட சிவாவின் உடல் ஒரு கணம் சிலிர்த்தது. தலையை விருட்டென்று அசைத்துக் கீழே இறங்கினான். மெதுவாகத் திரும்ப மேலே வந்து விட்டான். அதற்குள் அங்கே ஒரு சிறு கூட்டம் சேர்ந்து விட்டது.

நான் பெயர் சொல்லிக் கூவியதிலும், அவனைப் பார்த்தும் அடையாளம் கண்டுகொண்டு விட்டார்கள். நிறையப் பேர் செல்போன்களில் படமும் வீடியோவும் எடுத்தார்கள். ஒரு நடுத்தர வயதுப் பெண்மணி அவனுடன் செல்ஃபி எடுத்துக் கொள்ள முயன்றாள். இன்னொருவன் பேச்சுக் கொடுக்க முயன்றான்.

“ஸார், இங்க படப்பிடிப்பா? மணிரத்னம் படமா?” என்று ஆரம்பித்தான்.

சிவாவுக்கு எதுவும் பிடிக்கவில்லை. “ராம், வா, போகலாம்” என்று கீழே போகத் திரும்பினான்.

“எங்க போனாலும் விட மாட்டாங்க” நான் அவனைத் சந்தேகமாகப் பார்த்துக் கொண்டிருந்தேன்.

“இவ்வளவு தூரம் ஏறி வந்துட்டோம், சாமியப் பார்த்துட்டு வந்திடலாமே” என்றேன்.

அவன் கேட்கவில்லை “இல்ல, கீழ போகலாம்” என்றான்.

இறங்க ஆரம்பித்தோம். விரைவில் கீழே வந்து விட்டோம். மலை வாசலில் கூட்டம் நெரிந்தது. அதில் ஒரு ஆட்டோ

எதிர்த் திசையில் புகுந்து சக்கர வியூகத்திலிருந்து வெளிவந்து கொண்டிருந்தது. சிவா சாலையின் நடுவில் நின்றுகொண்டு அங்கே ஒரு கடையில் இருந்த சுழலும் மின்சார விளக்கைப் பார்த்துக்கொண்டிருந்தான். ஆட்டோக்காரன் ஹாரனை பலமாக அடித்தான்.

நான், “சிவா இப்படி ஓரமாக வா” என்று கையைப் பிடித்து இழுத்தேன். ஆட்டோக்காரன் அபாயகரமாக மிக அருகில் வந்து பிரேக் அழுத்தினான். சிவாவைப் பார்த்து, “யோவ், அறிவு இருக்குதா உனக்கு? இப்படி நடுரோட்டுல எரும மாதிரி நிக்கற” என்றான்.

நான் ஆட்டோக்காரனைப் பார்த்து, “இவரு யாருன்னு” அதற்குள் சிவா என்னை நிறுத்தி ஓரமாக நகர்ந்தான்.

அவன் முகத்தில் கோபம் இல்லை, மாறாக மலர்ந்த புன்னகை. “டேய் இன்னும் பசிக்குதுடா” என்றான். நாங்கள் இருவரும் மிக மகிழ்ச்சியாகக் கூட்டத்துக்கு நடுவில் மேலும் நடந்தோம்.

வாசகசாலை, ஏப்ரல் 2023

தருணாதித்தன் என்ற புனைபெயரில் எழுதும் ஸ்ரீகிருஷ்ணனின் பூர்வீகம் திருச்சி. பள்ளி நாட்களிலிருந்து தமிழ் இலக்கியத்தில் ஆர்வம் கொண்ட இவர் ஒரு பொறியியல் பட்டதாரி. பெங்களூரில் வசித்து வரும் தருணாதித்தன் இந்திய விண்வெளி ஆராய்ச்சி நிறுவனத்தில் விஞ்ஞானியாக பணிபுரிய ஆரம்பித்தார். பின்னாளில் பன்னாட்டு நிறுவனத்தில் தொழில் நுட்பம், மென்பொருள் துறையில் உயர் பதவியில் இருந்த இவர், முன் கூட்டியே விருப்பப் பணி ஒய்வு பெற்று தற்போது இலக்கியம் மற்றும் இசைத் துறைகளிலும் கவனம் செலுத்தி வருகிறார்.

தருணாதித்தனின் முதல் சிறுகதை 1997இல் கல்கி வார இதழில் இளம் எழுத்தாளர்களுக்கன போட்டியில் எழுத்தாளர் சுஜாதாவால் முதலாவதாகத் தேர்ந்தெடுக்கப்பட்டது. அதற்குப் பிறகு அச்சு இதழ்களில் சில கதைகள் வெளியாயின. நீண்ட இடைவெளிக்குப் பிறகு இணைய இதழ்களில் சிறுகதைகள் எழுதுகிறார்.

2016இல் எழுத்தாளர் ஜெயமோகனால் புதிய படைப்பாளர் வரிசையில் அறிமுகப்படுத்தப்பட்டு, சொல்வனத்தில் வெளியான 'பருவ மழை' என்கிற சிறுகதை வாசகர் கவனம் பெற்றது. இவர் எழுதிய 'இணையைத் தேடி' என்ற அறிவியல் புனைவுச் சிறுகதை அரூவின் 2023ம் ஆண்டுக்கான போட்டியில் தேர்வாகி தொகுப்பில் வெளியிடப்படுகிறது.

சுஜாதாவில் ஆரம்பித்து, கடந்து, தமிழில் அசோகமித்திரன், தி ஜானகிராமன், சுந்தர ராமசாமி, லா ச ரா. கி ராஜ நாராயணன், அ.முத்துலிங்கம் போன்ற மூத்தோர்களின் படைப்புகளில் ஆழ்ந்து, ஆதர்சமாகக் கொண்டவர்.

தருணாதித்தன், நவீன சிறுகதை பற்றித் தெளிவும் கோட்பாடுகளும் கொடுதது, வாசகர்களுக்கு அறிமுகப்படுத்தி மீண்டும் எழுதுவதற்கு ஊக்கம் கொடுத்த எழுத்தாளர் ஜெயமோகனுக்கும், நிறைய சிறுகதைகளைப் பிரசுரித்து, வாழ்த்தி உற்சாகப்படுத்திய சொல்வனம் மற்றும் பதாகைக்கும் கதையாடல் நிகழ்ச்சிகளில் அறிமுகப்படுத்தி உரையாடிய வாசகசாலைக்கும் சிறப்பு நன்றிகளைத் தெரிவித்துக்கொள்கிறார்.